D1679818

அம்பிகாவும் எட்வர்ட் ஜென்னரும்

அம்பிகாவும் எட்வர்ட் ஜென்னரும்

சுரேஷ்குமார இந்திரஜித் (பி. 1953)

ராமேஸ்வரத்தில் பிறந்து, மதுரையில் வளர்ந்து படித்தவர். தமிழக வருவாய்த்துறையில் சிரஸ்தாராகப் பணியாற்றி 2011இல் ஓய்வு பெற்றவர்.

தொடர்புக்கு: sureshkumaraindrajith@gmail.com

ஆசிரியரின் பிற நூல்கள்

எழுதியவை

- அலையும் சிறகுகள் (1982)
- மறைந்து திரியும் கிழவன் (1993)
- மாபெரும் சூதாட்டம் (2005)
- அவரவர் வழி (2009)
- நானும் ஒருவன் (2012)
- நடன மங்கை (2013)
- இடப்பக்க மூக்குத்தி (2017)
- பின் நவீனத்துவவாதியின் மனைவி (2018) கிளாசிக் சிறுகதைகள்
- கடலும் வண்ணத்துப்பூச்சிகளும் (2019) நாவல்

தொகுப்பு

- டொர்லின் ஷர்ட்டும் எட்டு முழ வேட்டியும் அணிந்த மனிதர்
  – ஜி. நாகராஜன் (1993) கிளாசிக் சிறுகதைகள்

சுரேஷ்குமார இந்திரஜித்

அம்பிகாவும் எட்வர்ட் ஜென்னரும்

காலச்சுவடு பதிப்பகம்

அன்பார்ந்த வாசகருக்கு,

வணக்கம்.

காலச்சுவடு நூலை வாங்கியமைக்கு நன்றி.

நூலின் உள்ளடக்கம், உருவாக்கம், அட்டைப்படம் இன்ன பிற அம்சங்கள் பற்றிய உங்கள் கருத்துகளையும் ஆலோசனைகளையும் காலச்சுவடு வரவேற்கிறது. தகவல், எழுத்து, வாக்கியப் பிழைகள் தென்பட்டால் கட்டாயம் தெரிவித்து உதவுங்கள். நூல் தயாரிப்பில் கடும் குறைபாடு இருப்பின் மாற்றுப் பிரதி உங்களுக்குக் கிடைக்கக் காலச்சுவடு ஏற்பாடு செய்யும்.

மின்னஞ்சல்: publisher@kalachuvadu.com

காலச்சுவடு நாகர்கோவில் தலைமையகத்துக்கும் கடிதம் அனுப்பலாம்.

தங்கள்
எஸ்.ஆர். சுந்தரம் (கண்ணன்)
பதிப்பாளர் — நிர்வாக இயக்குநர்

அம்பிகாவும் எட்வர்ட் ஜென்னரும் ♦ நாவல் ♦ ஆசிரியர்: சுரேஷ்குமார இந்திரஜித் ♦ © சுரேஷ்குமார இந்திரஜித் ♦ முதல் (குறும்) பதிப்பு: டிசம்பர் 2020, மூன்றாம் (குறும்) பதிப்பு: ஜூலை 2021 ♦ வெளியீடு: காலச்சுவடு பப்ளிகேஷன்ஸ் (பி) லிட்., 669, கே.பி. சாலை, நாகர்கோவில் 629001

ampikaavum eTvarT jennarum ♦ Novel ♦ Author: Sureshkumara Indrajith ♦ © Sureshkumara Indrajith ♦ Language: Tamil ♦ First (Short) Edition: December 2020, Third (Short) Edition: July 2021 ♦ Size: Demy 1x8 ♦ Paper: 18.6 kg maplitho ♦ Pages: 176

Published by Kalachuvadu Publications Pvt. Ltd., 669, K.P. Road, Nagercoil 629001, India ♦ Phone: 91-4652-278525 ♦ e-mail: publications @kalachuvadu.com ♦ Printed at Clicto Print, Jaleel Towers, 42 KB Dasan Road, Teynampet Chennai 600018

ISBN: 978-93-90224-91-3

07/2021/S.No. 979, kcp 3078, 18.6 (3) rss

ஜெயகாந்தனுக்கு

முன்னுரை

ஒரு வரலாற்றுச் சம்பவத்துடன் புனைவு கலந்து நாவல் எழுத வேண்டும் என்ற எண்ணம் ஏற்பட்டது. மதுரை மீனாட்சி அம்மன் கோயில் ஆலயப்பிரவேசம் சிறிய, ஆனால் வரலாற்று முக்கியத்துவம் வாய்ந்த சம்பவம் என்று உணர்ந்தேன். அப்போது மெட்ராஸ் மாகாணத்தில் உள்ள கோயில்களில் நாடார்களும் தாழ்த்தப்பட்டவர்களும் அனுமதிக்கப்படாத நிலை இருந்தது. 8 ஜூலை 1939 ஆலயப்பிரவேசத்திற்குப் பின்தான் நாடார்களும் தாழ்த்தப்பட்டவர்களும் கோயிலுக்குள் நுழையும் உரிமையை *Madras Temple Entry Authorisation and Indemnity Act 1939*இன்படிச் சட்டரீதியாகப் பெற்றார்கள். எனவே ஆலயப்பிரவேச காலம், அதற்கு முன்னுள்ள காலம், பின்னுள்ள காலம் ஆகியவற்றைக் களமாகக் கொண்டு கதையை உருவாக்கினேன். அக்காலத்திய சமூக நிலையை சங்கரலிங்க நாடார் மூலமும் அம்பிகா என்ற பிராமணப் பெண் மூலமும் சித்திரித்துள்ளேன். அம்பிகாவின் காதலையும் அவரின் சனாதனத்திற்கு எதிரான போராட்டத்தையும் பெண்களின் சமூக முன்னேற்றத்திற்கான லட்சியங்களையும் சித்திரித்துள்ளேன். இந்தச் சட்டகத்துக்குள் நாவலுக்கான கூறுகளையும் நுட்பங்களையும் கொண்டுவரவேண்டிய நிலையில் இருந்தேன். சமூகநிலை பற்றிய சித்திரிப்பில் கருத்துகளுக்கும் சிந்தனாரீதியான உரையாடல்களுக்கும் இடம் உள்ளது. இந்நாவலில் இத்தகைய இடங்கள் உள்ளன. தாழ்த்தப்பட்டவர்களை ஹரிஜனங்கள் என்று அழைத்த காலகட்டத்தை மையமாக

வைத்து நாவல் அமைந்திருப்பதால், ஹரிஜனங்கள் என்று நாவலில் குறிப்பிடப்பட்டுள்ளது.

இந்நாவல் தொடர்பான தரவுகளைப் பார்த்தபோது அக்காலத்திய சனாதனம் எவ்வாறு இருந்தது என்பதை அறிய முடிந்தது. மனம் எவ்வாறு பழக்கப்படுத்தப்படுகிறது என்ற யோசனை இந்த நாவல் எழுதும்போது அடிக்கடி ஏற்பட்டது. காலங்காலமாகச் சில சிந்தனைகள், நம்பிக்கைகள் பழக்கப்படுத்தப்படுகின்றன; பழக்கப்பட்டுப்போன மனதை மாற்றுவது மிகவும் சிரமமான விஷயம். மக்களின் மனப் பழக்கத்தை மாற்றுவதற்குத்தான், சிந்தனையாளர்கள் முயன்றுகொண்டிருக்கிறார்கள்.

இந்து சாஸ்திரம் ஜாதிய ரீதியாகச் சிலரை மேலானவர் களாகவும், சிலரைப் படிநிலைப்படிக் கீழானவர்களாகவும் அங்கீகரித்திருக்கிறது. எனவே மேலானவர்களுக்கு அகந்தை உருவாகிறது. படிநிலைப்படி கீழே உள்ளவர்களுக்கு ஆக்ரோஷமும் போராட்ட உணர்வும் உருவாகின்றன. இந்திய சமூகத்தில் இந்த ஜாதிய மனமோதல் பெரும்பிரச்சினை. இது ஒருபுறம் இருக்க, பிராமண நடைமுறைகளைக் கடைப்பிடிப்பதன் மூலம் தங்களை உயர்வாகக் கருதிக்கொள்ளும் பிரிவினரும் பிற ஜாதிகளுக்குள் இருக்கிறார்கள்.

பிறப்பு சார்ந்து பிராமணர்கள் முக்கியத்துவம் பெற்ற காலம் மங்கியபோது அரசியல், பொருளாதார வளம் கொண்ட மனிதர்கள் ஜாதிய ரீதியாகத் திரண்டு சமூக அதிகாரம் செலுத்தும் காலம் எதிர்பாராத விதமாகவோ, எதிர்பார்த்த விதமாகவோ உருவாகியது. சனாதனம் புது ரூபமும் கொண்டது. ஆட்கள் மாறிய விளையாட்டு; முற்றாக அல்ல; வேறு மதிப்பீடுகளுடன் புதிய ஆட்கள் களமிறங்கிய விளையாட்டு.

கீழே இருப்பவரைக் கவனிக்க வேண்டும் என்பது தத்துவமாகவும் உபதேசமாகவும் நிலைத்து நிற்கும்.

இந்நாவலை எழுதும்போது அடிக்கடி கவிஞர் ந. ஜயபாஸ்கர னுடன் உரையாடினேன். அவருக்கு என் நன்றி. இந்நாவல் எழுத எனக்கு உந்துசக்தியாக இருந்த நண்பர்கள் சுனில் கிருஷ்ணன், தேவேந்திர பூபதி, சிவராமன் ஆகியோருக்கும் பதிப்பாளரும் நண்பருமான கண்ணன், பதிப்பகப் பணியாளர்கள் கலா, ஸ்டெனோலின் ஆகியோருக்கும் என் நன்றிகள்.

மதுரை   சுரேஷ்குமார இந்திரஜித்
2.7.2020

1

கள் வியாபாரம் பிரமாதமாக நடந்து கொண்டிருந்தது. குமாரசாமி நாடார் மகன் சங்கரலிங்க நாடார் பெரும் பணக்காரர் ஆகிவிட்டார். நிலங்கள் வாங்கிப் போட்டார். வீடு கட்டினார். வாழ்க்கையை வசதியாக ஆக்கிக்கொண்டார். அவர் முதலில் மரம் ஏறிக் கள் இறக்கிக்கொண்டிருந்தார். தொழில் தெரிந்தவர். பனைமரம் பூப்பூக்கும் நேரத்தில், பனை ஓலைகளுக்கு இடையே உருவாகும் குருத்தைச் சீவி, சிறிய மண்பானைக்குள் குருத்து இருக்குமாறு பானையைக் கயிற்றால் கட்டவேண்டும். அதன் பிறகு, மரத்துடன் சேர்த்துக் கட்டவேண்டும். குருத்திலிருந்து மண்பானையில் வழியும் நீரே கள்.

குத்தகைக்கு மரங்களை எடுத்தார். பிறகு, சொந்தமாகவே நிலம் வாங்கி, கள் இறக்கி வியாபாரம் செய்துவருகிறார். உரிமம் வாங்கிக் கள்ளுக்கடை நடத்துகிறார். கல்லாவில் அமர்ந்து சுருட்டுப் புகைக்கக்கூடாது என்பதற்காக, கல்லாவிலிருந்து சற்றுத் தள்ளி நின்று புகைத்துக்கொண்டிருந்தார் சங்கரலிங்க நாடார். பெஞ்சுகளில் அமர்ந்து கள் குடித்துக்கொண்டிருந்தார்கள். கல்லா இருக்கும் பகுதிக்கும் கள் குடிக்கும் பகுதிக்கும் இடையே தட்டிகள் இருந்தன. தட்டிக்கு அந்தப்பக்கம் கள் குடிப்பவர்களின் பேச்சுக்கள் இரைச்சலாக இருந்தன.

இருவர் பேசிக்கொண்டிருந்தது சங்கரலிங்க நாடாருக்குக் கேட்டது.

“கள் இறக்கிக்கிட்டிருந்தவன் இன்னைக்கி வசதியா ஆயிட்டான். நாமதானே காசு கொடுக்கிறோம். நாமதானே பணக்காரனாக்குறோம்.”

“ஆனா என்ன . . . கோயிலுக்குள்ளே போக முடியாதுல்ல. என்ன வசதி கிடைச்சு என்ன செய்ய, கீழேதானே இருக்காங்க...”

“கள் விக்கிற தொழிலை இவுங்க செய்யக்கூடாதுன்னு அரசாங்கத்திலே ரூல் கொண்டுவந்தா என்ன?”

“ஆமா, நீதானே அரசாங்கம், முடிவு பண்றதுக்கு. ஒரு வியாபாரத்தைப் பண்றதுக்கு அந்தத் தொழிலை அவுங்க தெரிஞ்சு வைச்சிருக்கனும்ல… இப்ப உனக்கு இந்தத் தொழிலைப் பத்தி தெரியுமா? அப்புறம் பேசறே…”

“சரி, தொழில் பண்ணட்டும். கோயிலுக்குள்ளே போக முடியாதுல்ல.”

சங்கரலிங்க நாடாருக்குப் படபடப்பு ஏற்பட்டது. சங்கரலிங்க நாடாரின் தந்தை குமாரசாமி நாடார் சிவகாசி விஸ்வநாதசுவாமி கோயில் நுழைவு தொடர்பான கலவரத்தில் காயம் ஏற்பட்டு, ஜெயிலுக்குச் சென்றவர். ஜெயிலிலிருந்து விடுதலை பெற்று வந்த சில காலத்தில் நோயுற்று இறந்துவிட்டார். நோயுற்ற காலத்தில் அவர் சங்கரலிங்க நாடாரிடம் கூறுவார். “டேய், நீ வியாபாரம் பண்ணனும். கள்ளு வியாபாரத்தை வைச்சு மேலே ஏறு, சம்பாதி. பல தொழில்கள் பண்ணனும். உன் மகன் உன்னைவிட பல மடங்கு சம்பாதிக்கணும். வெளிநாட்டுக்குப் போகணும். அங்கே தொழில் பண்ணனும். அந்தஸ்தா இருக்கணும். கோயிலுக்குள்ளே நுழையற கலவரத்திலே அடிபட்டதிலேயிருந்து உடம்புக்கும் மனசுக்கும் சரியில்லாமப் போச்சு. காலம் மாறும்னு நினைக்கிறேன்.”

சங்கரலிங்க நாடார் கள் வியாபாரத்தில் இறங்கினார். வெற்றியடைந்தார். அப்போது, ராஜாஜி மதுவிலக்கை அமல்படுத்தப்போவதாகப் பேச்சு அடிபட்டது.

சங்கரலிங்க நாடார் சுருட்டைக் கீழே போட்டு காலால் மிதித்தார். கள் குடிப்பவர்களின் பேச்சை அவர் கேட்க விரும்புவதில்லை. அவர்களின் வாழ்க்கைச் சூழ்நிலையில் உள்ள காழ்ப்புகளையும் சாதிகளைப் பற்றியும் பேசுவதையே பெரும்பாலும் கேட்டிருக்கிறார்.

அவர் பயந்தபடியே நடந்தது. ராஜாஜி மதுவிலக்கை அறிமுகப்படுத்தினார். சங்கரலிங்க நாடார் கள் விற்கும் தொழிலை மூடவேண்டியதாகிவிட்டது. வசதியான வாழ்க்கை வாழ்ந்துகொண்டிருந்த குடும்பத்திற்கு வருமானம் இல்லாத சூழ்நிலை ஏற்பட்டது. கள் வியாபாரத்தில் வந்த வருமானத்தில் சில வீடுகளையும் நிலங்களையும் வாங்கி வைத்திருந்தார். அவற்றில் சிலவற்றை விற்று வேறு தொழில் தொடங்கவேண்டும் என்று நினைத்தார். சின்னச்சின்ன தொழில்கள் செய்தார்.

❖ ❖ ❖

2

"நண்பர்களுக்கு, அதாவது நமது சமூகத் தினருக்கு நான் சொல்லிக்கொள்வது என்ன வென்றால், திருமணம் மற்றும் பண்டிகைக் காலங்களில் அருப்புக்கோட்டையில் பல்லக்கில் ஊர்வலம்செல்லும் உரிமையை நாம் நீதிமன்றம்மூலம் பெற்றோம். ஆனால், இதைப் பொறுக்கமுடியாத ஆதிக்க சாதியினர் நமது தோட்டங்களையும் சொத்துக்களையும் சூறையாடினார்கள். நமது வீடுகள் கொள்ளையடிக்கப்பட்டன. மதுரை மீனாட்சியம்மன் கோயிலில் நுழைந்து வழிபட்ட மூக்கநாடாருக்கு ஏற்பட்ட கதி பற்றி நாம் அறிவோம். ஸ்ரீவில்லிபுத்தூர் தாலுகாவில் உள்ள திருத்தங்கலில் உள்ள சுப்பிரமணியசாமி கோயிலில் நுழைந்து வழிபட முயற்சித்தோம். நீதிமன்றம் தலையிட்டு தடை செய்துவிட்டது. சாத்தூர் தாலுகா, கொல்லப்பட்டி கிராமத்தில், நாம் அல்லாத பிற சாதியினரின் தெருக்களில் ஊர்வலம் செல்ல மேற்கொண்ட முயற்சி சட்டரீதியாகத் தடுக்கப்பட்டது. கழுகுமலை முருகன் கோயில் தேர் செல்லும் தெருக்களில் நாம் ஊர்வலம் செல்லக்கூடாது என்ற தடையும் நம்மை மட்டமாகப் பார்க்கும் சூழ்நிலையும் இருந்ததால், ஏற்பட்ட கலவரத்தில் நமது சமூகத்தைச் சேர்ந்தவர்கள் கொல்லப்பட்டார்கள். கமுதி மீனாட்சி சுந்தரேஸ்வரர் கோயிலில் நாம் மேளதாளங்களுடன் நுழைந்து வழிபட்டோம். தேங்காய்களை உடைத்தோம். இது சம்பந்தமாக கிரிமினல் வழக்குத் தொடரப்பட்டு நமக்குச் சாதகமாகத் தீர்ப்பு கிடைத்த நிலையில் எதிர்தரப்பினர் மேல்முறையீடு செய்து தடை உத்தரவு வாங்கிவிட்டார்கள். இந்நிலையில், நாம் வசிக்கும் சிவகாசியைப் பொறுத்தமட்டில் முடிவு எடுக்கவேண்டியுள்ளது. இரண்டு ஆண்டுகளுக்கு முன் சிவகாசி விஸ்வநாதசுவாமி கோயில் டிரஸ்டி ராஜினாமா செய்ததற்குப் பின்னால், நமது சமூகத்தைச் சேர்ந்த சங்கரலிங்க நாடாரும் சண்முகநாடாரும்

டிரஸ்டியாக வருவதற்கு மனு அளித்தார்கள். அவர்கள் இருவரும் நமது சமூகத்தில் குறிப்பிடத்தக்கவர்கள். ஆனால், அவர்கள் இருவரின் மனுக்களும் தள்ளுபடி செய்யப்பட்டன. தற்போது நமது இளைஞர்கள் விஸ்வநாதசுவாமி கோயிலில் நுழைந்து வழிபாடு செய்யமுடியாமல் இருப்பதை அவமானமாகக் கருதுகிறார்கள். இந்த ஊரில் நாம்தான் அதிக எண்ணிக்கையில் இருக்கிறோம். நமது இளைஞர்கள் விஸ்வநாதசுவாமி கோயிலில் நுழைந்துவிட்டார்கள். கோயில் ஊழியர்கள் அவர்களை விரட்டிவிட்டார்கள். சுத்திகரிப்புச் சடங்குகளும் பூஜைகளும் நடத்தப்பட்டுள்ளன. உங்களுக்குத் தெரியும் 04.08.1898 அன்று கோயில் கமிட்டிக்கு நமது எதிர்தரப்பு சாதியைச் சேர்ந்த இருவர் டிரஸ்டியாக நியமிக்கப்பட்டதைத் தொடர்ந்து பிரச்சினை ஏற்பட்டது. நாடார்களுக்கு எதிரான கலவரத்தைத் தடுப்பதற்காக திருநெல்வேலி, மதுரை ஜில்லாக்களில் தண்டனைப் போலீஸ் படை ஏற்படுத்தப்பட்டதை நீங்கள் அறிவீர்கள். அதனால் பயன் ஏதும் இல்லை. மாவட்ட நீதிபதி ஹிக்கின்ஸ்–யிடம் எதிரிகள் மனு கொடுத்துள்ளார்கள். நாடார்கள் கோயிலில் நுழைவதைத் தடுப்பதற்குத் தக்க நடவடிக்கை எடுக்கப்படவில்லை என்று மனுவில் தெரிவித்துள்ளார்கள். மாவட்ட நீதிபதியும் நாடார்கள் கோயிலில் நுழைவதைத் தடை செய்து உத்தரவு பிறப்பித்துள்ளார். இந்த நிலையில், நாம் என்ன செய்வது என்று யோசிக்க வேண்டும். நாம் எதற்கும் தயாராக இருக்கவேண்டும்."

பிச்சை நாடார் பேசி முடித்ததும் பலத்த கைதட்டல்கள் எழுந்தன. "எதற்கும் தயார். கோயிலில் நுழைவோம்" என்ற கோஷங்கள் எழுந்தன. சுவரில் சாய்ந்து உட்கார்ந்திருந்த குமாரசாமி நாடார் கொந்தளிப்பான மனநிலையில் இருந்தார். கோயில் டிரஸ்டிக்கு விண்ணப்பித்த சங்கரலிங்க நாடாரின் தோப்பில்தான் குமாரசாமி நாடார் கள் இறக்கிக்கொண்டிருந்தார். தன்னுடைய முதலாளி மீது பெரிய மதிப்பு கொண்டிருந்தார். முதலாளியின் அன்புக்குப் பாத்திரமாக இருந்தார். குமாரசாமி நாடார் மனைவிக்கு ஆண் குழந்தை பிறந்தபோது, அக்குழந்தைக்கு சங்கரலிங்க நாடார் பெயரை வைத்தார். முதலாளி சங்கரலிங்க நாடார், குமாரசாமியின் வீட்டுக்கு வந்து ஐந்து பவுனில் செயின் போட்டார். மகன் சங்கரலிங்க நாடார் சாதனைகள் செய்யக்கூடியவன் என்ற நினைப்பு குமாரசாமி நாடாருக்கு இருந்தது.

அன்று ரகசியமாகச் சில முடிவுகள் எடுத்தார்கள். சிவகாசியைச் சுற்றியுள்ள கிராமங்களில் நாடார் குடியிருப்புகளையும், நாடார்களையும் ஆதிக்க சாதியினர் தாக்கினார்கள். சமாதானத்

கூட்டம் நடைபெற்றும் உடன்படிக்கை ஏற்படவில்லை. ஆதிக்க சாதியினர் தெரிவித்த நிபந்தனைகள் நாடார்கள் ஏற்றுக்கொள்ளத்தக்கதாக அமையவில்லை.

ஜூன் மாதம் 6ஆம் தேதி 1899ஆம் ஆண்டு ஆதிக்க சாதியினரும், நாடார்களும் நேருக்கு நேர் மோதிக்கொள்வது என்ற நிலை ஏற்பட்டது. ஆதிக்க சாதியினர் வரும் வழியில் மரங்கள் வெட்டப்பட்டு போடப்பட்டன. செல்வந்தர்கள் இரும்புப் பெட்டகங்களில் மதிப்பு மிக்க பொருட்களை வைத்துப் பாதுகாப்பாகக் கொண்டுசென்றார்கள். பெண்களும் குழந்தைகளும் சிவகாசியை விட்டுப் பாதுகாப்பான இடங்களுக்கு அனுப்பப்பட்டார்கள். வீட்டு மாடிகளிலிருந்து எறிவதற்கு கற்கள் தயார் நிலையில் வைக்கப்பட்டன. ஆயுதங்களையும் வைத்திருந்தார்கள். ஆதிக்க சாதியினர் திரளாக ஆயுதங்களுடன் வந்தார்கள். தபால் நிலையத்தைத் தாக்கி போஸ்ட் மாஸ்டரை அறையில் தள்ளிப் பூட்டினார்கள். இருதரப்பும் காலை பத்து மணி முதல் மதியம் பன்னிரண்டு மணி வரை மோதிக்கொண்டார்கள். இருதரப்பிலும் பலர் காயமடைந்தார்கள். போலீஸ் வந்தது. இரு தரப்பும் கலையாததால் துப்பாக்கிச் சூடு நடத்தியது. வெளியிலிருந்து வந்த ஆதிக்க சாதியினர் கலைந்தார்கள். அவர்களின் சடலங்களை எடுத்துச் சென்றார்கள். இருதரப்பிலும் பலர் கொல்லப்பட்டார்கள். நாடார்களின் வீடுகள் கொள்ளையடிக்கப்பட்டு எரிக்கப்பட்டன.

குமாரசாமி நாடாருக்கு தலையில் கல்லடி பட்டிருந்தது. கை, கால்களில் வெட்டுக்காயம் ஏற்பட்டிருந்தது. போலீஸார் கைது செய்து மருத்துவமனையில் அனுமதித்தார்கள். வழக்கு நடந்து, சிறை தண்டனை முடிவுற்று வெளியே வரும் வரை குமாரசாமியின் மனைவி சிவகாமிதான் சங்கரலிங்க நாடாரை வளர்த்தாள். சிறிய அளவில் சிற்றுண்டிக் கடை வைத்து நடத்தினாள். சிறையிலிருந்து வந்த குமாரசாமி நாடார் பிரமை பிடித்தவராக இருந்தார். சரியாக அவரால் வேலை செய்ய முடியவில்லை. அடிக்கடி உடல்நலக்குறைவு ஏற்பட்டது.

❖ ❖ ❖

3

ஜெரால்டு நிக்கல்சனின் குறிப்புகள்

சிவகாசி சம்பவத்திற்கு முந்தைய நிகழ்வுகள் முன்

1872ஆம் ஆண்டு: *திருச்செந்தூர் சுப்பிரமணிய சாமி கோயிலுக்கு வெளியே இருந்துதான் நாடார்கள் வழிபட முடியும் என்ற நிலை இருந்தது. நாடார்கள் 1872ஆம் ஆண்டு கோயிலுக்குள் நுழையும் முயற்சி தடுக்கப்பட்டது. இது தொடர்பாக நடந்த வழக்கில் மாவட்ட நீதிபதி A. P. ARUNDELE என்பவர், 'நாடார்கள் கோயில் கொடிக்கம்பம் வரை வரலாம். அதற்கு அப்பால் செல்லக்கூடாது' என்று தீர்ப்பு வழங்கினார்.*

1874ஆம் ஆண்டு: *மதுரை மீனாட்சி அம்மன் கோயிலுக்குள் நுழைந்து வழிபட்ட மூக்கன் நாடார், பின்னர் அடையாளம் காணப்பட்டு, தாக்கப்பட்டு உயிரிழந்தார்.*

1876ஆம் ஆண்டு: *ஸ்ரீவில்லிப்புத்தூர் தாலுகா, திருத்தங்கல் சுப்பிரமணியசாமி கோயிலில் நாடார்கள் நுழைய முயன்றது, தடுக்கப்பட்டது. இது தொடர்பான வழக்கில் ஸ்ரீவில்லிப்புத்தூர் மாவட்ட முன்சீப் கோர்ட் நாடார்கள் கோயிலில் நுழையத் தடை விதித்தது.*

1895ஆம் ஆண்டு: *கழுகுமலை முருகன் கோயில் ரதவீதிகளில் நாடார்கள் ஊர்வலமாகச் செல்ல கோயில் டிரஸ்டியால் தடை விதிக்கப்பட்டது. இது தொடர்பாக ஏற்பட்ட கலவரத்தில் ஏழு*

நாடார்கள் கொல்லப்பட்டார்கள். எட்டயபுரம் ஜமீன் மானேஜர் வெங்கடராயர் என்பவரும் கொல்லப்பட்டார்.

14 மே 1897: கமுதி மீனாட்சி சுந்தரேஸ்வரர் கோயிலில் நாடார்கள் தீவட்டிகள், தாளங்கள் சகிதம் நுழைந்து வழிபட்டார்கள். நாடார்கள் மேல் குற்ற வழக்குத் தொடரப்பட்டது. முதுகுளத்தூர் சப்–மாஜிஸ்ட்ரேட் நாடார்களுக்குச் சாதகமாகத் தீர்ப்பளித்தார். இதை எதிர்த்து ராமநாதபுரம் ராஜா, மாவட்ட கோர்ட்டில் வழக்குத் தொடர்ந்து நாடார்கள் கோயிலில் நுழைவதற்கு நிரந்தரத் தடை உத்தரவைப் பெற்றார். 14 பிப்ரவரி 1902ஆம் தேதிய உயர்நீதிமன்றத் தீர்ப்பிலும் 'நாடார்கள் கோயிலில் நுழைவதற்கு உரிமை இல்லை' என்று தெரிவிக்கப்பட்டது. இதற்கு மேல், நாடார்கள் லண்டன் பிரிவு கவுன்சிலில் வழக்குத் தொடர்ந்தார்கள். பிரிவு கவுன்சில் உயர்நீதிமன்ற உத்தரவை உறுதிசெய்து, 'நாடார்கள் சமூக ரீதியாகப் பின்தங்கியவர்கள் என்பதால் கோயிலுக்குள் நுழைய உரிமை இல்லை' என்று தீர்ப்பளித்தது.

சிவகாசி சம்பவம்

நாடார்களுக்கு எதிராகக் கலவரம் நடந்த இடங்கள்

23 மே 1899: பாட்டகுளம் – ஸ்ரீ வில்லிபுத்தூர் அருகே

26 மே 1899: புதுப்பட்டி – ஸ்ரீ வில்லிபுத்தூர் தாலுகா

31 மே 1899: சுக்கிரப்பட்டி – சிவகாசி அருகில்

31 மே 1899: அய்யம்பட்டி – ஸ்ரீ வில்லிபுத்தூர் தாலுகா

01 ஜூன் 1899: குனூர் – ஸ்ரீ வில்லிபுத்தூர் தாலுகா.

02 ஜூன் 1899: சங்கரலிங்கபுரம் – சிவகாசி அருகில்

02 ஜூன் 1899: கட்டமரப்பட்டி – சிவகாசி அருகில்

02 ஜூன் 1899: சிவலிங்கபுரம் – சிவகாசி அருகில்

02 ஜூன் 1899: கரிசல்குளம் – ஸ்ரீ வில்லிபுத்தூர் தாலுகா

03 ஜூன் 1899: ஆனைக்குட்டம் – சிவகாசி அருகில்

03 ஜூன் 1899: சுந்தரலிங்கபுரம் – சிவகாசி அருகில்

04 ஜூன் 1899: புச்சகாவட்டி – சிவகாசி அருகில்

06 ஜூன் 1899: சிவகாசி

குறிக்கோள், நாடார்களைத் தாக்குவது மற்றும் சொத்துக்களைக் கொள்ளையடிப்பது.

❖ ❖ ❖

4

லார்டு லின்லித்கோ அறைக்குள்ளே இங்கும் அங்குமாக ஏதோ சிந்தனையில் நடந்துகொண்டிருந்தார். அவரின் மேசை மீது மெட்ராஸ் மாகாணத்திலிருந்து வந்திருந்த சட்ட வரைவு இருந்தது. ஏற்கெனவே இந்தச் சட்ட வரைவைத் தயாரித்து, சட்ட நடைமுறைகளைப் பூர்த்தி செய்து, தனக்கு அனுப்பி அங்கீகாரம் பெற்ற பின்னர், மதுரை மீனாட்சியம்மன் கோயில் ஆலயப்பிரவேசம் செய்திருக்க வேண்டும் என்ற எண்ணம் அவருக்கு ஏற்பட்டது. ஆலயப்பிரவேசத்தை முடித்துவிட்டு, நீதிமன்றத்திலும் வழக்காகிவிட்ட பின்பு அவ்வாறு தாழ்த்தப்பட்டவர்களை கோயிலினுள் அழைத்துச் சென்ற செயலுக்கு அவர்களைப் பொறுப்பாக்க முடியாது என்று சட்டம் இயற்றுவது சரிதானா, நீதிமன்றத்தின் முன் இது செல்லத்தக்கதாக இருக்குமா என்றெல்லாம் அவர் யோசித்துக் கொண்டிருந்தார். மெட்ராஸ் மாகாண சட்ட சபையில் கீழ்சபையிலும் மேல்சபையிலும் மசோதா நிறைவேற்றப்பட்டுவிட்டது. அரசுத் தலைமையில் ராஜாஜி இருக்கிறார். அவர் வக்கீலாகவும் இருப்பவர். கவர்னர் எர்ஸ்கின்னும் இந்த அவசரச் சட்ட வரைவிற்கு ஒப்புதல் அளித்துள்ளார். எர்ஸ்கின் நியாயமாகச் செயல்படுபவர். மக்கள் மீது பொறுப்புணர்ச்சி கொண்டவர்.

இந்த அவசரச் சட்ட வரைவை அங்கீகரிப்பதால் சமூக ஒழுங்கு குலைந்துவிடுமா, நீண்ட காலமாக இந்துக்களிடம் உள்ள மதம் சார்ந்த பழக்கவழக்க நடைமுறைகளை மாற்றுவதில் பிரச்சினை ஏற்படுமா; நடந்து முடிந்த கோயில் நுழைவு நிகழ்ச்சிக்கு, அதற்குத் தொடர்புடையவர்களைப் பொறுப்பாக்க முடியாது, அவர்கள் மீது சட்ட, குற்ற நடவடிக்கை எடுக்க இயலாது என்று சட்டம் இயற்றுவது சரியாக இருக்குமா என்றெல்லாம் லின்லித்கோ மீண்டும்

யோசித்துக்கொண்டிருந்தார். ஆனால், இந்தச் சட்டம் அவசியம் என்றும் கோயிலுக்குள் அனைத்து ஜாதியைச் சேர்ந்த இந்துக்களும் நுழைய வேண்டும் என்பது அறம் சார்ந்தது, நீதி சார்ந்தது என்றும் அவருக்குத் தோன்றியது. பிரிட்டிஷ் இந்தியாவில் இந்துக்களின் சமூக வாழ்வில் அரசாங்கம் பல சீர்திருத்தங்களைச் செய்திருப்பதை அவர் நினைவுகூர்ந்தார். சட்டம் மூலமே அவர்களின் மூட நம்பிக்கைகளையும் தவறான நம்பிக்கைகளையும் மாற்றமுடியும் என்றும் நினைத்தார்.

அந்தச் சமயத்தில் லின்லித்கோவின் இரண்டாவது மகன் ஜான் ஹோப் வந்தான். அவருக்கு இரண்டாவது மகன் மீது தனித்த பிரியமும் அபிமானமும் இருந்தது. மனைவி டோரின் மில்னருக்கு இரட்டை ஆண் குழந்தைகள் பிறந்தார்கள். முதல் மகன் பிரடெரிக் ஹோப். இரண்டாவது மகன் ஜான் ஹோப்.

ஜான் ஹோப்பிற்கு அப்போது 27 வயது. "அப்பா என்ன சிந்தனையிலா இருக்கிறீர்கள்" என்றான் ஜான் ஹோப்.

"ஒரு சட்ட வரைவு வந்திருக்கிறது. மெட்ராஸ் மாகாணத்தில் மதுரை பழமையான நகரம். இந்துக்களின் பழக்கவழக்கங்களின்படி, ஹரிஜனங்களுக்கும் நாடார்களுக்கும் கோயிலில் நுழைவதற்குத் தடை உள்ளது. அவர்கள் கோயிலினுள் நுழைவதற்கான சட்டம் இதுவரை இல்லை. இப்போது சட்டம் இயற்றப்பட்டு என் முன் அங்கீகாரத்திற்கு வந்துள்ளது. சுமார் அறுபது ஆண்டுகளுக்கு முன், மதுரை மீனாட்சியம்மன் கோயிலில் நுழைந்த ஒரு நாடார் அடையாளம் காணப்பட்டு குரூரமாகத் தாக்கப்பட்டுள்ளார். கமுதி கோயிலினுள், நாடார்கள் நுழைந்தது நீதிமன்றத்தில் வழக்காக வந்தபோது நீதிமன்றம் ஆலய நுழைவை ஏற்றுக்கொள்ளவில்லை. கழுகுமலையில், தேர்த் திருவிழாவின்போது நடந்த கலவரத்தில், நாடார்களும் பிற சாதியினரும் இறந்துள்ளார்கள். சிவகாசியில், கோயிலுக்குள் நாடார்கள் நுழைந்துவிடுவார்கள் என்று கலவரம் ஏற்பட்டு நிறைய நபர்கள் இறந்துள்ளார்கள். இவை பற்றிய குறிப்புகளும் எனக்கு வந்துள்ளன. ஆனால், அப்போது கோயில் நுழைவை அனுமதித்து சட்டம் இயற்றப்படவில்லை. காந்தி ஹரிஜன முன்னேற்றத்திற்காக பல வேலைத்திட்டங்களை முன்னெடுத்துள்ளார். மதுரை ஹரிஜன சேவா சங்கத் தலைவரான வைத்தியநாத அய்யர், இந்த ஆண்டு ஜூலை 8ஆம் தேதி காலையில் ஐந்து ஹரிஜனங்கள், ஒரு நாடார் ஆகியோருடன் ஆலயப்பிரவேசம் செய்துள்ளார். பிரவேசத்தின்போது எதிர்ப்போ, கலவரமோ நடக்கவில்லை. கோயில் பட்டர்களின் எதிர்ப்பு இருந்துள்ளது. இப்போது ஆலய நுழைவு தொடர்பான சட்ட வரைவு என்னுடைய அங்கீகாரத்திற்கு வந்துள்ளது. அனைத்து ஜாதியைச் சேர்ந்த இந்துக்களையும் கோயிலில் நுழைய இந்தச்

சட்டம் அனுமதித்துள்ளது. மதுரை மீனாட்சியம்மன் கோயிலில் நடந்த ஆலயப்பிரவேசத்தில் சம்பந்தப்பட்ட நபர்கள், நிர்வாக அதிகாரி மற்றும் ஆதரவாக இருந்தவர்கள் மீது நடவடிக்கை ஏதும் எடுக்கமுடியாது என்றும் சட்ட வரைவில் உள்ளது. பிற கோயில் நுழைவு சம்பந்தப்பட்டவர்கள் மீதும் சட்ட, குற்ற நடவடிக்கை எடுக்க முடியாது என்றும் கூறப்பட்டுள்ளது."

"ஒரே மதத்திற்குள் ஒரு சாரார் மீது ஏன் இவ்வளவு வெறுப்பு இருக்கிறது. ஹரிஜனங்களைத் தொடக்கூடாது என்றும் பார்த்தாலே தீட்டு என்றும் சொல்கிறார்களே, பிறகு, எப்படி வாழ்வார்கள். நாம், பிரிட்டிஷ்காரர்கள் வந்த பிறகும் காந்தி வந்த பிறகும் அவர்கள் வாழ்வில் ஏதோ மாற்றம் ஏற்பட்டிருக்கிறது என்று நினைக்கிறேன்" என்றான் ஜான் ஹோப்.

"ஆம், நாம் மத விஷயங்களில் தலையிடும்போது எச்சரிக்கை யாக இருக்கவேண்டும். இங்கு நம்பிக்கைகளும் பழக்கங்களும் மதத்துடன் பின்னியிருக்கின்றன. காந்தியினால், அவர் இந்து என்பதால், சீர்திருத்தம் செய்யமுடியும். நாம் அதைப் பின்னணியாக வைத்துக்கொள்ளலாம். இப்போதும்கூட ஆலயப்பிரவேசத்திற்கு காந்திய இயக்கம் பின்னணியில் இருப்பது நமக்கு ஒரு முடிவு எடுப்பதற்கு ஆதரவான விஷயம்."

"மதம் எல்லோருக்கும் பொதுவானதுதானே. அப்படி யிருக்கையில், கோயிலும் மதமும் எப்படி பிராமணர்கள் வசம் இருக்கிறது?"

"அது இங்குள்ள பழக்கம். பெரும் கோயில்கள் அரசின் பெருமையாக இருந்தன. பெருமையின் சின்னம் கோயில்கள். கோயிலை வசப்படுத்தி வைத்திருப்பவர்கள் மேலானவர்கள். அரசன்கூட அவர்களுக்கு கீழானவன்தான். அவர்களின் கல்வியே இந்தியாவின் கல்வியாக இருந்தது. அவர்களின் எண்ணங்களே இந்தியாவின் எண்ணங்களாக இருந்தன. நாம் வியாபாரம் செய்ய வந்தோம். இப்போது இந்த நிலப்பரப்பு பிரிட்டிஷ் இந்தியாவின் கீழ் உள்ளது. பிராமணர்களுக்குக் கீழே பல சாதிய நிலைகள். கீழ்மட்டத்தில் ஹரிஜனங்கள் இருக்கிறார்கள்."

"இந்தியாவில் தீண்டாமையை அல்லவா கடைப்பிடிக் கிறார்கள். அவர்கள் பொதுக்கிணற்றில் நீர் எடுக்கக்கூடாது. ஊருக்கு வெளியே வசிக்க வேண்டும். கல்வியறிவு இல்லை. கோயிலுக்குள் நுழைய அனுமதி இல்லை."

"ஆம், நாம் ஓரளவிற்கு மாற்றங்கள் செய்திருக்கிறோம். எல்லாவற்றையும் மாற்ற நமக்கு இயலாது. தூரத்திலிருந்து இங்கு ஏன் வந்தோம், சம்பாதிப்பதற்காக. இந்தியாவை நாம் ஆளுவதினால்

சுரேஷ்குமார இந்திரஜித்

என்ன பயன், செல்வம் வேண்டும், அந்தப் பயனை அடைய வேண்டும் என்பதற்குத்தான் முன்னுரிமை கொடுப்பார்கள்."

"அப்பா, நான் இந்த இனிப்பை எடுத்துக்கொள்ளவா? இனிப்பை நாம் கொஞ்சமாகச் சாப்பிடுவோம். ஆனால், இனிப்பு நம்மை வெற்றி கண்டுவிடும். தெவிட்டும் வரை சாப்பிட்டுவிடுவோம்."

"மகனே இனிப்பை எடுத்துக்கொள். மெட்ராஸ் மாகாணத்தி லுள்ள அனைத்துக் கோயில்களிலும் இந்து மதத்தைச் சேர்ந்த அனைத்து ஜாதியினரும் செல்ல அனுமதிக்கப்படுகிறது. மதுரை மீனாட்சி அம்மன் கோயிலில் 8 ஜூலை 1939 அன்று ஆலய நுழைவு மேற்கொண்டவர்கள் மீது சட்ட நடவடிக்கையோ, குற்ற நடவடிக்கையோ எடுப்பதிலிருந்து விலக்களிக்கப் படுகிறது. அதேபோல், பிற கோயில்களில் ஆலயப்பிரவேசம் மேற்கொண்டவர்கள் மீதும் சட்ட நடவடிக்கையோ, குற்ற நடவடிக்கையோ எடுக்க இயலாது. இதற்காக பிரிட்டிஷ் இந்தியாவின் வைஸ்ராய் லின்லித்கோ ஆகிய நான் இன்று 1939ஆம் ஆண்டு, செப்டம்பர் 4ஆம் தேதி MADRAS TEMPLE ENTRY AUTHURISATION AND INDEMENITY ACT 1939 என்ற சட்டத்தை அங்கீகாரம் செய்து கையொப்பமிடுகிறேன்."

❖ ❖ ❖

5

நாள் 13.06.1939. மதுரை விக்டோரியா எட்வர்ட் ஹாலில் கோயில் நுழைவுக் கருத்தரங்கம் நடைபெற இருப்பதாகக் கேள்விப்பட்ட சங்கரலிங்க நாடார் அங்கு சென்றார். நல்ல கூட்டம். அகில இந்திய ஹரிஜன சேவா சங்கத்தின் துணைத்தலைவர் ராமேஸ்வரி நேரு தலைமையில் கூட்டம் நடந்தது. ராஜாஜி, டி. எஸ். எஸ். ராஜன், வைத்தியநாத அய்யர், என். எம். ஆர். சுப்பராமன் கலந்துகொள்ளும் கூட்டம். கூட்டத்தை சேவா சங்கத் தொண்டர்கள் ஒழுங்குபடுத்திக்கொண்டிருந்தார்கள். அதில் ஒருவராக பச்சைச்சேலை உடுத்திய ஒரு பெண்ணைப் பார்த்தார். துடிப்பாக அவள் செயல்பட்டுக்கொண்டிருந்தாள்.

மெட்ராஸ் மாகாணத்தின் முதல் மந்திரியாக இருந்த ராஜாஜியிடம், கோயில் நுழைவு சம்பந்தமாக சட்டம் இயற்றும்படி பேசியவர்கள் கேட்டுக் கொண்டார்கள். கோயிலுக்குள் தீண்டத்தகாதவர்கள் என்று அழைக்கப்படுபவர்களை அழைத்துச் செல்ல ஏற்பாடு செய்யுமாறும் நமது குறிக்கோள் வெற்றி பெற்றால் எட்டு நாட்களுக்குள் சட்டம் கொண்டுவருவதாகவும் ராஜாஜி பேசும்போது தெரிவித்தார். 'மகாராஜா சித்திரைத்திருநாள் பலராம வர்மா தனது பிறந்தநாளில், திருவாங்கூர் சமஸ்தானத்தில் உள்ள கோயில்களுக்குள் அனைத்து ஜாதியைச் சேர்ந்த இந்துக்களும் செல்லலாம் என்று பிரகடனப்படுத்தி இரண்டு ஆண்டுகளுக்கும் மேலாகிவிட்டது. அங்கு அனைத்து ஜாதியைச் சார்ந்த இந்துக்களும் கோவிலுக்குச் சென்று வழிபடுகிறார்கள். ஆனால், இங்கு மெட்ராஸ் மாகாணத்தில் இன்னும் கோயில் நுழைவு சாத்தியப்படவில்லை. இதைச் சாத்தியப்படுத்துவோம்' என்று பலரும் பேசினார்கள். பச்சைச்சேலைப் பெண் அவர்கள் பேசியதைக் குறிப்பெடுத்துக்கொண்டிருந்தாள்.

கூட்டம் முடிந்தது. பச்சைச்சேலைப் பெண் கூட்டத்தில் கலந்துகொண்ட முக்கியப் பிரமுகர்களிடம் சென்று பேசினாள். சங்கரலிங்க நாடார் ஒரு சேரில் அமர்ந்து அவளையே பார்த்துக்கொண்டிருந்தார். அவள் மேடையிலிருந்து கீழே இறங்கி வந்தபோது சங்கரலிங்க நாடார் எழுந்து நின்று வணங்கினார்.

"நீங்கள் சேவா சங்கத் தொண்டரா" என்று கேட்டார்.

"இல்லை. நான் சக்ரா ஆங்கிலப் பத்திரிகையின் நிருபர். நான் குறிப்பெடுத்துக்கொண்டிருப்பதைப் பார்த்திருப்பீர்களே. நீங்கள் யார்" என்றாள்.

"என் பெயர் சங்கரலிங்கம்" என்று மட்டும் சொன்னார்.

"என்ன பண்றீங்க"

"கள் வியாபாரம் செய்தேன். இப்ப சில தொழில்கள் சின்ன அளவில் செய்கிறேன்."

"என்னது... கள் வியாபாரமா, காங்கிரஸ் கட்சி கள்ளு குடிக்க வேண்டாம்னு சொல்லுது."

"வியாபாரம் பண்ண சட்ட அனுமதி, லைசென்ஸ் இருந்தது. அரசாங்கத்திலிருந்து தடை வந்தது. கள்ளுக்கடையை மூடிட்டேன்"

"நீங்க பணக்காரரா..."

"அப்படிச் சொல்லமுடியாது. ஏதோ வசதியா இருக்கேன்."

"ஹரிஜன சேவைக்காக நாங்க பல இடங்களிலிருந்து நிதி வசூல் பண்றோம். உங்களுக்கு விருப்பம் இருந்தால் தரலாம்."

"தருகிறேன்."

"உங்கள் முகவரி கொடுங்கள். நான் வந்து உங்களைப் பார்க்கிறேன்."

சங்கரலிங்க நாடார் முகவரி கொடுத்தார். அடுத்த நாள் காலையில் வருவதாக அவள் தெரிவித்தாள். அவளுடைய பெயரைக் கேட்டார். அவள் "அம்பிகா" என்றாள். விடை பெற்றுக் கொண்டார்கள். அவளைப் பார்த்த மாத்திரத்திலேயே அவள் பிராமண ஜாதியைச் சேர்ந்தவள் என்று தெரிந்தது. அவருடைய தொழிலை வைத்து அவர் நாடார் ஜாதி என்று அவள் அறிந்துகொண்டாள்.

அடுத்த நாள் காலையில் சங்கரலிங்க நாடார் வீட்டிற்கு அம்பிகா வந்தாள். அவளை வரவேற்று அமரச்சொன்னார். அவள், அன்று அரக்குக் கலரில் சேலை உடுத்தியிருந்தாள். 'ஏன் இதையெல்லாம் கவனிக்கிறேன்' என்று அவர்

நினைத்துக்கொண்டார். நல்ல உயரம். நல்ல நிறம். கைகளில் ஒற்றை வளையல். கழுத்தில் மெல்லிய சங்கிலி. தலையில் மல்லிகைப்பூ. மெல்லிய உதடுகள், நாற்காலியில் முதுகு சாய்ந்து உட்காராமல் முன்பக்கத்தில் உட்கார்ந்திருந்தாள்.

"உங்க ஆத்துக்காரம்மாவைக் காண்பிக்கமாட்டேளா" என்றாள்.

அவர், "சரஸ்வதி" என்று குரல் கொடுத்தார். உள்ளேயிருந்து அவர் மனைவி வந்து தூரத்தில் நின்றாள். மாநிறம். லட்சணமாக இருந்தாள். காது வளர்த்திருந்தாள். அதில் சில தங்க நகைகள் தொங்கின.

"வந்து உட்காருங்களேன்" என்றாள் அம்பிகா.

சரஸ்வதி தயங்கி நின்றாள் அவள் கணவன் முன்பாகச் சரிசமமாக நாற்காலியில் உட்கார்ந்ததில்லை. "காபி குடிக்கிறீங்களா? எங்க வூட்லேயெல்லாம் காபி குடிப்பீங்களா" என்றாள்.

"காபி என்ன... சாப்பாடே சாப்பிடுவேன். ஆனா சைவமா இருக்கணும்" என்றாள் அம்பிகா, சிரித்துக்கொண்டே.

சரஸ்வதி உள்ளே சென்றாள். "ராகவ்" என்று சங்கரலிங்க நாடார் குரல் கொடுத்தார். வாசல் பக்கமிருந்து ஒரு பையன் பந்தைக் கையில் வைத்தவாறு ஓடி வந்தான். அம்பிகாவைப் பார்த்ததும், நின்று கூச்சத்துடன் நெளிந்தான்.

"என் பையன். பெயர் ராகவன். புத்திசாலி. நல்லா வருவான். ஸ்கூல்லே படிக்கிறான்."

"நீங்க என்ன படிச்சிருக்கீங்க. உங்க மனைவி என்ன படிச்சிருக்காங்க."

"நான் இன்டர்மீடியட் வரைக்கும் படிச்சிருக்கேன். என் வூட்டுக்காரி அதிகமா படிக்கலை. எழுதப் படிக்கத் தெரியும்."

காபியும் பிஸ்கெட்களும் கொண்டுவந்து, சரஸ்வதி இருவருக்கும் வைத்தாள். வைத்துவிட்டு உள் அறையின் நிலையருகே நின்றுகொண்டாள்.

"உங்களைப் பத்தி சொல்லுங்க" என்றார்.

"நான்தான் ஏற்கனவே சொல்லியிருந்தேனே. சக்ரா இங்கிலீஷ் பத்திரிகையின் ரிப்போர்ட்டர். அப்பா சுப்பிரமணிய அய்யர். அம்மா ஜானகி. அப்பா, சென்னை தியாசபிகல் சொஸைட்டியில் வேலையா இருக்கார். அம்மாகூட நான் இருக்கேன். எனக்கு காந்தி மேலே பெரிய அபிமானம். அவர் ஹரிஜன முன்னேற்றத்துக்காக பல

விஷயங்கள் பண்றார். இங்கே சேவா சங்கம் இருக்கு. வைத்தியநாத அய்யர் தலைவரா இருக்கார். கோபால்சாமி செக்ரட்டரியா இருக்கார். நான் அவுங்களோட, சேவா சங்க உறுப்பினர்களோட சேர்ந்து சேரிக்கெல்லாம் போயிருக்கேன். அவுங்களுக்கு வேண்டிய பொருட்களைக் கொடுப்போம். என்ன ஒரு பரிதாப நிலை பாருங்கள். அவாளும் இந்த நாட்லே பொறந்தவங்கதானே. இந்து மதத்தைச் சேர்ந்தவங்கதானே. அவா அழுக்கா இருக்காங்கிறா. அவாளை ஒதுக்கி வைச்சுண்டு, பொருளாதாரத்துலே கீழ் நிலையிலே வைச்சுண்டு, தொடக்கூடாதுன்னு சொல்லிண்டு, அப்புறம் இப்படி இருக்காங்களேன்னு சொன்னா அதுல ஏதாவது நியாயம் இருக்கா. சரி, நீங்க ஹரிஜன சேவா சங்கம் பேருக்கு செக் கொடுங்க. நான் உங்க பேரைச் சொல்லி அதைச் சங்கத்திலே சேத்துர்ரேன்"

சங்கரலிங்க நாடார் உள்ளே போய் செக் புத்தகத்தை எடுத்து வந்தார்.

எவ்வளவு தொகைக்கு செக் கொடுப்பது என்று யோசித்தார். "எவ்வளவு எழுத" என்று அம்பிகாவிடம் கேட்டார். அம்பிகா சொன்னாள். அதன் இருமடங்குத் தொகையை எழுதிக் கையெழுத்திட்டு அம்பிகாவிடம் கொடுத்தார். அம்பிகா வாங்கிப் பார்த்துவிட்டு, "நன்றி" என்றாள்.

"எப்போது கோயில் நுழைவுப் போராட்டம் நடைபெறும். எங்கள் சமூகத்தைச் சேர்ந்தவர்களும் கோயிலில் நுழையமுடியாத நிலை உள்ளது..."

"கோயில் பிரவேசம் நடக்கும்போது வைத்தியநாத அய்யர், நாடார் சமூகத்தைச் சேர்ந்தவரையும் அழைச்சுண்டுதான் செல்வார். ஏற்கனவே இதுபற்றி போராட்டக் குழுவில் விவாதிக்கப்பட்டுள்ளது . . . முத்துராமலிங்கத் தேவரும் ஆலய நுழைவை யாரும் தடுக்கக்கூடாதுன்னு எச்சரிக்கை பண்ணியிருக்கார்"

"அடுத்தகட்ட திட்டம் என்ன" என்றார் சங்கரலிங்க நாடார்.

"திருவாங்கூர் சமஸ்தானத்தில் எல்லாக் கோயில்களிலும் அனைத்து ஜாதியைச் சேர்ந்த இந்துக்களும் ஹரிஜனங்கள் உட்பட வரலாம்னு பிரகடனம் பண்ணியிருக்கா. அதனாலே இங்கேயிருந்து ஹரிஜனக் குழு ஒன்றை அழைச்சுண்டு திருவாங்கூர் சமஸ்தானத்தில் உள்ள கோயில்களுக்கெல்லாம் சென்று தரிசனம் செஞ்சுண்டு வரலாம்னு அய்யர் திட்டம் போட்டுருக்கார். நான் கூட போய் அதைப் பத்தி ரிப்போர்ட் எழுதலாம்னு நெனைச்சுண்டு இருக்கேன். எங்க பத்திரிகை அலுவலகத்துலே பேசிண்டு இருக்கேன்.

ஆர். எஸ். நாயுடு மீனாட்சி அம்மன் கோயில் நிர்வாகியா இருக்கார். அவர் கோயில் நுழைவு விஷயத்திலே தீவிரமா இருந்துண்டிருக்கார். அவர் இங்கிலாந்தில் பார்–அட்–லா முடித்தவர். நீதிக்கட்சி சார்பில் மதுரை நகரசபைக்குப் போட்டியிட்டு பன்னெண்டு வருஷம் சேர்மனா இருந்தார். பின்னால், அவர் மீனாட்சியம்மன் கோயில் நிர்வாக அதிகாரியாக நியமிக்கப்பட்டார். கண்டிப்பான அதிகாரி. அய்யருக்கு வேண்டப்பட்டவர். நல்ல ஒத்துழைப்பு கொடுப்பதாக அய்யரிடம் சொல்லியிருக்கார். நல்லபடியா நடக்கும்."

"எனக்கு அவரைப் பத்தி இப்பத்தான் தெரியும். எங்களைத்தான் நாங்க வசதியா இருந்தாக்கூட உள்ளே வரக்கூடாதுன்னு வைச்சிருக்காங்களே."

"எல்லாம் மாறும். காபி நன்னாயிருந்தது. ஆத்துக்காரியைக் கூப்பிடுங்க. வெட்கப்பட்டுண்டே இருக்கா. புருஷாள்கூட சரிக்குச்சமமா உக்காந்து பேசணும்னு சொல்லுங்க."

அவர் மனைவியைக் கூப்பிட்டார். சரஸ்வதி வந்தாள். அம்பிகா, அவளுடைய கையைப் பற்றி, "போய்ட்டு வர்றேன்" என்றாள். சங்கரலிங்க நாடார் எழுந்து நின்றார். அவள் அவரைப் பார்த்து விடைபெற்றுக்கொள்வதாகத் தலையை அசைத்தாள். அவள் வெளியே சென்று நின்றுகொண்டிருந்த ரிக்சாவில் ஏறி, வாசலில் நின்றுகொண்டிருந்த சங்கரலிங்க நாடாரைப் பார்த்துக் கையசைத்தாள். கரிய பனைகள் காற்றில் ஆடின.

"பிராமணப் பெண் தொட்டுப் பேசுதே" என்றாள் சரஸ்வதி.

"இவுங்க எல்லாம் பழைய ஆட்கள் மாதிரி இல்லை. முற்போக்கானவங்க. பாரேன் ஒரு நாடார் வீட்டுக்கு வந்து காபி சாப்ட்ருக்கே" என்றார் சங்கரலிங்க நாடார்.

❖ ❖ ❖

6

கொட்டும் அருவியில் அய்யர் நின்று கொண்டிருந்தார். மேகங்கள் நகர்ந்துகொண்டிருந்தன. புலி ஒன்று ஒரு பக்கத்தில் உலவிக்கொண்டிருந்தது. அருவி நீரிலிருந்து அய்யர் வெளியே வந்ததும் புலி இவரைப் பார்த்து திரும்பிச் சென்றது. சூரியன், தன் பக்கம் இருப்பதாக அய்யருக்குத் தோன்றியது. காட்சி மாறியது. நிறைய ஆண்கள் மேலே சட்டையில்லாமல், உடல் குறுகி நிற்கிறார்கள். பெண்கள், குழந்தைகளும் நிற்கிறார்கள்.

"எங்களுக்கு உதவி செய்யுங்கள் நாங்கள் ஒரு பாவமும் செய்யவில்லை. பிறந்ததுதான் பாவம். எங்களிடம் ஏது பணம். நாங்கள் கூலிகள். சில இடங்களில் பணம் கொடுப்பதில்லை. அரிசி கொடுக்கிறார்கள். குழந்தைகளைப் பள்ளிக்கு அனுப்ப முடியவில்லை. எங்களுக்கு நிலம் இல்லாததால் புறம்போக்கில் கிடைத்த இடத்தில் குடிசை போட்டுக் குடியிருக்கிறோம். குடிநீர் கிடைப்பது சிரமம். தண்ணீர் கிடைக்காமல் எங்களுக்குள் சண்டை போட்டுக்கொண்டு வாழ்கிறோம். கழிவுநீர் செல்ல வழியில்லை. வீட்டு முன்பாக கழிவு நீர் செல்கிறது. மலங்கழிக்க அரை மைல் நடந்து மரங்கள் உள்ள இன்னொரு புறம்போக்கு நிலத்திற்குச் செல்கிறோம். நாங்கள் சுத்தமில்லை என்றால் நாங்கள் எப்படிச் சுத்தமாக இருக்கமுடியும். போட்டுக்கொள்ள நல்ல சட்டை இல்லை. கையில் பணம் இல்லை. கல்வியறிவு இல்லை. நாங்கள் இந்து மதத்தைச் சேர்ந்தவர்கள்தானே. ஏன் எங்களைத் தொடக்கூடாது என்கிறீர்கள்? அந்தக் கடவுள்களுக்குக் கண் இல்லையா? எங்களைக் காப்பாற்ற யார் இருக்கிறார்கள். காந்தியின் தயவில் ஆஸ்டலும் பள்ளிக்கூடமும் இப்போது ஏற்பட்டிருக்கிறது. இது போதுமா, எல்லோரும் படிக்கும் பள்ளிக்கு சகஜமாக நாங்கள் எப்போது

செல்வது? எல்லோரும் கும்பிடும் பெரும் கோயில்களுக்கு நாங்கள் எப்போது செல்வது?...”

மூன்று முலைகளுடன் மீனாட்சி ஜனிக்கிறாள். கணவராக வரப்போகும் சுந்தரேஸ்வரரைப் பார்த்ததும் மூன்றாம் முலை மறைகிறது. தேரில் மீனாட்சி வருகிறாள். தேரின் மேலே மீன்கொடி பறக்கிறது. மரத்தடியில் தூங்கிக்கொண்டிருக்கும் அய்யரை எழுப்புகிறாள். “வைத்யநாதா வைத்யநாதா” அய்யர் திடுக்கிட்டு எழுகிறார். “நீ எனக்கு ஷேமம் செய்வாய். என்னை வழிபட நினைக்கிறவர்களுக்கு வழியை உருவாக்கிக் கொடு. எனக்கு வேண்டாதவர்கள் இல்லை. என்னை அனைவரும் வணங்கலாம். உனக்குப் பாதுகாப்பு உண்டு. இது நல்லார்கள் சூழ்ந்த கூடல் ஆலவாய். ‘புலன்களைச் செற்றுப் பொறியே நீக்கிப் புந்தியிலும் நினைச் சிந்தை செய்யும் அலங்கல் நல்லார்கள் அமரும் கூடல் ஆலவாய்’ எனச் சம்பந்தர் பாடிய ஊர் இது. உனக்கு நல்லார்கள் ஆதரவு உண்டு. போ... உனக்கு விதித்த கடமையைச் செய். என் அருளும் சுந்தரேஸ்வரர் அருளும் உனக்கு உண்டு. நான் கடவுள் என்றாலும் விக்கிரகமாக நிற்கிறவள்.”

அய்யர் பரவசமானார். துண்டை இடுப்பில் கட்டியிருந்தார். உடல் நிலத்தில் படும்படியாக அவள் காலில் விழுந்தார். “‘தண்ணென்று வெச்சென்று பொன் வார் கொண்டு அணிந்த முலை மலைவல்லி, கற்பூரவல்லி, அபிராமவல்லி, மாணிக்கவல்லி, மரகதவல்லி, அபிடேகவல்லி, சொல் தமிழ் தழையவே’ குமரகுருபரர் புகழ்ந்த அம்மை மீனாட்சியே, உன் ஆசீர்வாதம் எனக்கு வேண்டும். என்னை ஆசீர்வதி அம்மையே.” மீனாட்சி ஆசீர்வதித்தாள். தேரில் ஏறினாள். தேரை ஓட்டிக்கொண்டு சென்றாள். தேர் சென்ற திசையையே அய்யர் பார்த்துக்கொண்டிருந்தார். மதுரை இருக்கும் திசையைப் பார்த்தார். ‘அங்கயற்கண்ணி தன்னோடும் அமர்ந்த ஆலவாய் ஆவதும் இதுவே’ என்று முணுமுணுத்தார். பின் வேகமாய் நடந்தார்.

❖ ❖ ❖

7

சங்கரலிங்க நாடாரின் வீட்டிற்கு அம்பிகா வந்திருந்தாள்.

“நாளை ஆயிரத்து தொள்ளாயிரத்து முப்பத்து ஒன்பதாம் ஆண்டு ஜூலை எட்டாம் தேதி வைத்தியநாத அய்யர் தலைமையிலே ஹரிஜனங்களையும் நாடாரையும் அழைச்சுண்டு மீனாட்சி அம்மன் கோயிலில் நுழையப் போறாங்க. காலை எட்டரை மணியிலிருந்து ஒன்பது மணிக்குள்ள இந்த நுழைவு நடக்கப்போறது. ஆர். எஸ். நாயுடு எல்லா ஏற்பாடுகளும் பண்ணிட்டார். பட்டர்கள் ஒத்துக்கலை. ஒரு பட்டரைத் தயார் பண்ணிட்டார். கோயிலுக்குள்ளே நுழையறதுலே உள்ள தீண்டாமை மறையப் போறது. பாருங்க... தமிழ்நாட்லே எல்லாக் கோயில்கள்ளேயும் நுழையப் போறா. அரசாங்கம் ஆதரவு இருக்கு.” அம்பிகா படபடப்பாகப் பேசினாள்.

“எல்லோரும் போகலாமா” என்றார் சங்கரலிங்க நாடார்.

“இல்லை. அஞ்சு ஹரிஜனங்க, ஒரு நாடாரை அழைச்சுண்டு போகப் போறார். இதுக்காக ஒரு குழு அமைச்சுருக்கா. மதுரை ஜில்லா போர்டு மெம்பர் கக்கன், ஆலம்பட்டி சுவாமி முருகானந்தம், ஹரிஜன சேவா சங்க ஊழியர் முத்து, மதிச்சியம் வி. எஸ். சின்னையா, விராட்டிப்பத்து வி. ஆர். பூவலிங்கம், விருதுநகர் முனிசிபல் கவுன்ஸிலர் எஸ். எஸ். சண்முக நாடார். இவங்கதான் அந்தக் குழு” என்று வைத்திருந்த நோட்டைப் பார்த்து அம்பிகா கூறினாள்.

“சண்முக நாடார் எனக்குப் பழக்கமில்லை. கேள்விப்பட்ட மாதிரி இருக்கு” என்றார் சங்கரலிங்க நாடார்.

"நான் இந்த நிகழ்ச்சியை ரிப்போர்ட் பண்றதுக்குக் கூடப் போறேன். நிறைய ஜனங்க இந்த நிகழ்ச்சியைக் காண வாரான்னு பேசிண்டிருக்காங்க. நீங்க பையனைக் கூட்டிண்டு வந்து வேடிக்கை பாருங்க. உள்ளே வரவேணாம்."

"நான் தொழில் பண்ணிக்கிட்டிருக்கேன். இப்ப சின்னச்சின்ன தொழில்தான் பண்றேன். உங்களுக்குத் தெரியும். பெரிய தொழில் தொடங்க காலம், நேரம் ஒத்துழைக்கணும். இந்த நேரத்துலே கலகம் ஏதும் வருமா, வேடிக்கை பாக்கிறவங்களுக்கு ஏதாவது பிரச்சினை, அடிதடி ஏற்படுமான்னு தெரியல."

"அப்படி ஏதும் நடக்காது. ராஜாஜி அரசாங்கம் சப்போர்ட் பண்ணுது. நீங்க கோயிலுக்கு வெளியே நின்னுண்டு வேடிக்கை பாருங்க. ஏதாவது தகராறுன்னா அப்படியே ஓடியிருங்க" என்று அம்பிகா சிரித்தாள்.

அம்பிகா சென்ற பின்னர், நாளை செல்வதா வேண்டாமா, ராகவனையும் கூட்டிக்கொண்டு செல்வதா வேண்டாமா என்று யோசித்துக்கொண்டிருந்தார். அம்பிகா வரும் ஒவ்வொரு முறையும், அவள் என்ன நிறத்தில் புடவை உடுத்தி வருகிறாள் என்று அவர் கவனிப்பார். ஆனால், இன்று அவள் வந்து சென்ற பின்னர், அவள் என்ன நிறத்தில் புடவை அணிந்திருந்தாள் என்று பலமுறை யோசித்துப் பார்த்தும் அவரால் நினைவுக்குக் கொண்டுவர முடியவில்லை. இரவு பாதித் தூக்கத்தில் அடுத்த நாள் காலை கோயில் நுழைவை வேடிக்கை பார்க்கச் செல்லலாம் என்று முடிவு செய்தார்.

அடுத்த நாள் காலை குளித்து, கதராடை அணிந்து, ராகவனையும் அழைத்துக்கொண்டு சென்றார். ராகவனை அழைத்துக்கொண்டு செல்லவேண்டும் என்று சரஸ்வதியிடம் கூறியபோது, அவள் வேண்டாம் என்றாள். சரித்திர நிகழ்ச்சி ஒன்றைக் காண்பது அவனுக்கு நல்லது என்று சங்கரலிங்கம் கூறினார். ஏதாவது கலவரம் ஏற்பட்டுவிடுமோ என்றுதான் சரஸ்வதி பயந்தாள். ஆனால், சங்கரலிங்க நாடார், ராகவனையும் அழைத்துக்கொண்டுதான் சென்றார்.

தெற்குக் கோபுர வாசலில் இருந்துதான் கோயில் நுழைவு நடைபெற உள்ளது என்று ஏற்கனவே அம்பிகா கூறியிருந்தாள். தெற்குக் கோபுர வாசலை நோக்கி ராகவனுடன் நடந்தார். அங்கு காந்திக் குல்லாய்களோடு, நிறையத் தொண்டர்கள் கூடியிருந்தார்கள். தெற்குக் கோபுர வாசலுக்கு நேரே உள்ள தெருவை அடைத்துத் தொண்டர்கள் நின்றிருந்தார்கள். சங்கரலிங்க

நாடார் தொண்டர்களுடன் நின்றிருந்தார். ராகவனின் கையைப் பிடித்திருந்தார். பிடியை விட்டுவிடக்கூடாது என்று அவனிடம் கூறியிருந்தார்.

தொண்டர்களும் மக்களும் காந்தியை வாழ்த்திக் கோஷம் போட்டுக்கொண்டிருந்தார்கள். கார்கள் வந்து நின்றன. காரிலிருந்து வைத்தியநாத அய்யர் இறங்கினார். பிறகு, ஹரிஜன சேவா சங்க செக்ரட்டரி கோபால்சாமி இறங்கினார். ஐந்து தாழ்த்தப்பட்டவர்களும் ஒரு நாடாரும் இறங்கினார்கள். கூடியிருந்த மக்களிடமும், தொண்டர்களிடமும் ஆரவாரம் பெருகியது. அனைவரும் மேல்சட்டையின்றி இருந்தார்கள். அய்யர் முன்னால் சென்றார். மற்றவர்கள் அவரைப் பின்தொடர வாசலை நோக்கிச் சென்றார். கோபுர வாசலருகே நிர்வாக அதிகாரி ஆர். எஸ். நாயுடுவும் மீனாட்சி தேவஸ்தானம் கமிட்டியைச் சேர்ந்த சிதம்பரமுதலியார், கோயில் மேலாளர் மற்றும் கோயில் ஊழியர்கள் நின்று வரவேற்றார்கள். இந்தக் காட்சியை நூற்றுக்கணக்கான மக்களும் தொண்டர்களும் பார்த்துக்கொண்டிருந்தார்கள். சங்கரலிங்க நாடார் பரவசநிலையிலிருந்தார். பல நூற்றாண்டு காலமாக நிலவிவந்த தடை நீங்கியது. "ராகவ், நாம் தமிழ்நாட்டின் முக்கிய சரித்திர நிகழ்வைப் பார்த்துக்கொண்டிருக்கிறோம்" என்றார். அய்யரின் குழுவிற்குப் பின்பக்கமாக அம்பிகாவின் தலை தெரிந்தது.

அனைவரும் பொற்றாமரைக்குளத்திற்குச் சென்று கை, கால் கழுவினார்கள். பின், அய்யர் அனைவரையும் மீனாட்சி அம்மனின் அர்த்தமண்டபம் வரை அழைத்துச் சென்றார். கூடச் சென்றவர்களின் மனநிலை பதட்டமாக இருந்தாலும் தங்களுக்குப் பெரிய ஆதரவும் பாதுகாப்பும் இருப்பதை உணர்ந்திருந்தார்கள். அனைவரும் மீனாட்சி அம்மனை வணங்கினார்கள். சாமிநாதப் பட்டர் என்ற சாந்துப் பட்டர் பூஜை செய்தார். பிரசாதம் அனைவருக்கும் வழங்கப்பட்டது. கோயிலுக்குள் முக்கியமான பிற சன்னிதிகளுக்கும் இடங்களுக்கும் சென்றுவிட்டுத் திரும்பும்போது ஏற்கனவே முடிவு செய்தபடி கிழக்குக் கோபுர வாசல் வழியே வெளியேற நடந்தார்கள். தெற்குக் கோபுரவாசல் எதிரே காத்திருந்த மக்களும் தொண்டர்களும் இதைக் கேள்விப்பட்டு கிழக்குக் கோபுர வாசலை நோக்கி நடந்தார்கள்; ஓடினார்கள். சங்கரலிங்க நாடாரும் ராகவனும் ஓடினார்கள். கிழக்குக் கோபுர வாசலையடைந்தபோது, அவர்கள் வெளியே வந்துகொண்டிருந்தார்கள். காந்தியை வாழ்த்திப் பெரும் கோஷங்கள் எழுந்தன. சங்கரலிங்க நாடார் அம்பிகாவைத் தேடினார். அவரால் காணமுடியவில்லை. "ஒரு வாசல் வழியா போயிட்டு, இன்னொரு வாசல் வழியா வந்தாங்க.

அம்பிகாவும் எட்வர்ட் ஜென்னரும்

எவ்வளவு பெரிய கோயில். உள்ளே என்னப்பா இருக்கும்" என்றான் ராகவன். "உள்ளே சாமி இருக்கும். வா... போகலாம்" என்று சொல்லி ராகவனை அழைத்துக்கொண்டு வீடு நோக்கிச் சென்றார் சங்கரலிங்க நாடார். "சாமி எல்லோருக்கும் பொதுதானே" என்றான் ராகவன். "ஆம்... ஆனால், சாமி சிலரின் பிடியில் இருக்கிறது. சுதந்திரமாக இல்லை" என்றார் சங்கரலிங்க நாடார்.

❖ ❖ ❖

8

வர்ணாஸ்ரம ஸ்வராஜ்ய சங்கத்தின் தலைவர் நடேச அய்யருக்கு உடம்பும் உள்ளமும் கொதித்துக் கொண்டிருந்தது. காய்ச்சலில் இருப்பது போல உணர்ந்தார். எதிரே வெங்கட்ராம அய்யர் உட்கார்ந்திருந்தார்.

"எல்லாம் கெட்டுப் போயிடுத்து. கோயில் அசுத்தமாயிடுத்து... இந்த வைத்தியநாதன் என்னன்டே ஜூனியரா இருந்தவன். அவனுக்கு என்ன தைரியம்... இப்படி இழிவான காரியத்தைப் பண்ணிண்டு மாலை போட்டுண்டு திரியறான். மீனாட்சி அம்மன் சாபம் சும்மா விடாது... நீயும் வக்கீல், நானும் வக்கீல்... இதை என்னன்னு கோர்ட்லே பாத்துருவோம். போன ஜன்மத்துலே செய்த பாவத்துக்கு அவா இப்படிப் பிறந்திருக்கா. அவா லிமிட்டுக்கு மேல வரக்கூடாது. அது இந்து சாஸ்திர விரோதம். இதை சும்மா விடக்கூடாது. இந்த ஆர்.எஸ். நாயுடு கோயிலுக்கு அதிகாரியா வர்ரப்பவே எனக்குத் தோணித்து, கோயிலுக்கு ஏதோ கெடுதல் நடக்கப்போகுதுன்னு. அவன் நீதிக்கட்சி ஆளு. கோயிலை இழுத்துப் பூட்டுவோம். சம்புரோட்சணமும் சுத்தியும் பண்ணாம கோயில்லே பூஜை புனஸ்காரங்கள் கிடையாது. அபிஷேகம், அர்ச்சனைகள் கிடையாது... என்ன சொல்றீங்க" என்று கூடியிருந்த பட்டர்களையும் சகாக்களையும் பார்த்து நடேச அய்யர் கூறினார். வெங்கட்ராம அய்யர் ஆமோதித்தார். ஒரு பட்டர், "அய்யோ, மீனாட்சி அம்மனோட புனிதம் போச்சே" என்று அழுதார்.

"ஆமாம்... சம்புரோட்சணமும் சுத்தியும் பண்ணினாத்தான் அசுத்தம் போகும். அம்மன்

பழைய நிலைக்கு வருவாள். நடேச அய்யர் சொல்றதுதான் சரி" என்றார் ஒரு பட்டர். பிற பட்டர்களும் ஆமோதித்தார்கள்.

"அந்த சாந்துப் பட்டர் எப்படி கீழ் ஜனங்களைக் கூட்டிண்டு போயி தரிசனம் காட்டி பிரசாதம் கொடுக்கலாம். நல்லா இருந்த கோயிலை நாசம் பண்ணிட்டான். பட்டரா இருந்துண்டு இந்தக் காரியத்தைப் பண்ணலாமா? இப்ப இந்தக் கூட்டத்துக்கும் அவன் வரலை. அவன் ஒத்த ஆளு. அந்த நாயுடு பக்கமும் வைத்தியநாதன் பக்கமும் நிக்கட்டும். நாம இத்தனை பேர் இருக்கோம். சாந்துப் பட்டருக்கு என்னைக்கி பூஜை நியமனம்"

"நாளை நின்னு பத்தாம் தேதி."

"ஒன்பதாம் தேதி யாரு"

"முத்துசுப்பர் பட்டர்."

"சம்புரோட்சணம் பண்ணத் தயாரான்னு நாயுடுகிட்டே யார் கேட்டா"

ஒரு பட்டர் முன் வந்தார். "என்ன சொன்னான் அந்த நாயுடு?"

"கோயிலுக்குள்ளே ஹரிஜனங்களும் நாடாரும் வந்ததினாலே கோயில் புனிதமடைந்தது. இந்து மதத்துலே எல்லோரும் சமம். சம்புரோட்சணம் பண்ணவேண்டிய அவசியமில்லைன்னு சொல்லிட்டார்."

"அவன் பார்–அட்–லா படிச்சிருக்கான்னு நினைப்பு. இந்து மதத்திலே எல்லோரும் எப்படி சமம் ஆவா. அதனாலேதான் காலங்காலமா கோயிலுக்குள்ளே நுழைய விடாம தடுத்து வைச்சிருக்கா ... முத்துசுப்பர் பட்டர், நாளைக்கி வழக்கமான பூஜைகளை முடிச்சுண்டு, கோயில் கதவுகளைப் பூட்டி சாவியைக் கொண்டுவந்துர்ரணும். கோயில்லே சுத்தப்படுத்துற சடங்குகளைச் செய்து முடித்த பிறகுதான் அன்றாட பூஜைகள் நடக்கும்னு சொல்லியிருங்க அந்த நாயுடுகிட்டே. அப்பத்தான் இறங்கி வருவான். நான் வருணாசிரம ஸ்வராஜ்ய சங்கத் தலைவர். எனக்குக் கடமை இருக்கு" என்றார் நடேச அய்யர்.

"சரிங்கண்ணா ... நீங்க சொல்றபடி செய்யறோம். இந்து தர்மத்தைக் காப்பாத்துவோம்" என்றார் முத்துசுப்பர் பட்டர்.

"நான் கவர்னருக்கும் வெங்கட்ராம அய்யர் காந்திக்கும் இந்த விவகாரத்தில் தலையிட்டு சரிசெய்ய வேண்டுமென்று தந்தி கொடுத்திருக்கோம்."

"ஒண்ணும் நடக்காதுண்ணா. அவா எல்லோரும் ஒண்ணா சேந்துருக்கா."

"சரி, நாம கூட்டத்தில் முடிவெடுத்தபடி, நாயுடுகிட்டே சொல்லுங்க. சம்ரோட்சணம் பண்ணனும்னு. பழைய நிலையே நீடிக்கனும்னு. அவன் கேட்கமாட்டான். நீங்க பூட்டி சாவியைக் கொண்டுவந்திருங்க" என்றார் நடேச அய்யர்.

9

ஆர். எஸ். நாயுடு தன் பெரிய மீசையை முறுக்கிக்கொண்டிருந்தார். கண்ணாடி முன் நின்றவாறு தன் கம்பீரத்தையும் கண்டிப்பான நடவடிக்கைகளையும் தானே நினைத்துப் பெருமைப் பட்டார். எட்டாம் தேதி நடந்த ஆலயப்பிரவேசம் அவருக்குப் பல பக்கங்களிலிருந்து பாராட்டுகளைக் கொடுத்திருந்தது. இந்த சரித்திரப் பிரசித்தி பெற்ற நிகழ்ச்சியையும் இதன் பின்விளைவுகளையும் சந்திக்கும் தைரியம் தனக்கு உள்ளது என்று நினைத்தார்.

நாற்காலியில் அமர்ந்து யோசித்தார். எட்டாம் தேதி ஆலயப்பிரவேசம். ஒன்பதாம் தேதி முத்துசுப்பர் பட்டர் முறை. அவர் இன்று காலையில் சக பட்டர்களுடன் வந்து நாயுடுவைப் பார்த்தார். கோயில் அசுத்தப்பட்டுவிட்டதால் அதைச் சுத்தம் செய்யும் சடங்குகளை நடத்த வேண்டும் என்றும் பழைய நிலையே தொடர வேண்டும் என்றும் அவர்கள் கூறினார்கள். அப்போது நாயுடு இறுகிய முகத்துடன் இருந்தார்.

"என்ன அசுத்தமாயிருச்சு... சுத்தப்படுத்தற சடங்குகள் நடத்தற அளவுக்கு என்ன நடந்துச்சு... அவுங்க மனுஷங்கதானே... இந்தக் கோயிலைக் கட்டறப்ப எந்தெந்த சாதிக்காரங்க இருந்தாங்கன்னு யாருக்குத் தெரியும். வழக்கம் போல பூஜைகளை, அன்றாட நியமங்களைச் செய்யுங்க" என்றார் நாயுடு.

நாளை காலை பட்டர் சாவி கொண்டு வராவிட்டால் என்ன செய்வது என்று நாயுடு யோசித்தார். வக்கீல் நடேச அய்யர் வீட்டில் கூட்டம் நடந்த தகவலைச் சாந்துப் பட்டர் தெரிவித்திருந்தார். கோயில் கதவுகளைத் திறக்கமுடியாத நிலை ஏற்பட்டால், அது பெரிய நெருக்கடியை உருவாக்கும்

என்றும் ஆலயப்பிரவேச நடவடிக்கைகளுக்கும் அது பின்னடைவை ஏற்படுத்தும் என்றும் நாயுடு நினைத்தார்.

அப்படியொரு நிலை ஏற்பட்டால், மாஜிஸ்ட்ரேட் முன்னிலையில், சாந்துப்பட்டரைத் துணைக்கு வைத்துக்கொண்டு பூட்டை உடைத்துக் கோயிலைத் திறந்துவிடுவது என்று முடிவு செய்தார். உடனே மாஜிஸ்ட்ரேட்டைப் பார்க்கக் கிளம்பினார். அவரைச் சந்தித்துக் கோயிலைத் திறக்கவேண்டியது அவசியம் என்றும் அப்படியொரு நிலை ஏற்பட்டால், வந்து உதவிசெய்ய வேண்டுமென்றும் கேட்டுக்கொண்டார்.

அடுத்த நாள் விடிகாலையில் கோயில் திறக்கும் நேரத்திற்குச் சென்றார். கதவுகளைத் திறக்க பட்டர் வரவில்லை. சாவியையும் கொடுத்துவிடவில்லை. சாந்துப்பட்டர் ஏற்கெனவே வந்திருந்தார். ஆலய ஊழியர்கள் வந்திருந்தார்கள். பரபரப்பான சூழ்நிலை நிலவியது. சாந்துப்பட்டர் கண்களில் நீர் ததும்ப நின்றுகொண்டிருந்தார். மாஜிஸ்ட்ரேட்டுக்கு நாயுடு தகவல் சொல்லி அனுப்பியிருந்தார். அவருடைய வரவுக்காகக் காத்திருந்தார்கள்.

மாஜிஸ்ட்ரேட் வந்துவிட்டார். அவர் முன்னிலையில் பூட்டுகள் உடைக்கப்பட்டன. கம்பீரமாக நாயுடு நடக்க அவர் பின்னால் அனைவரும் சென்றார்கள். சாந்துப்பட்டர் அன்றாட நியமங்களையும், பூஜைகளையும் செய்தார்.

அலுவலகத்திற்கு வந்த நாயுடு, முத்துசுப்பர் பட்டரையும் அன்று பூஜைக்கு வரவேண்டிய வேறு இரு பட்டர்களையும் பணிநீக்கம் செய்து உத்தரவு தயார் செய்யச் சொன்னார். அதில் கையெழுத்திட்டு, அவர்களிடம் தருமாறும், வாங்காவிட்டால் வாசல் கதவில் அல்லது சுவரில் ஒட்டிவிட்டு வருமாறும் அலுவலக ஊழியரிடம் சொன்னார்.

ஒரு வாரத்தில் பணிக்கு வராத அனைத்துப் பட்டர்களையும் நாயுடு பணிநீக்கம் செய்து உத்தரவு பிறப்பித்தார். அய்யரும் நாயுடுவும் அருப்புக்கோட்டையில் ஒரு பட்டரைக் கண்டறிந்து அவரை மதுரைக்கு அழைத்து வந்தார்கள். குறிப்பிட்ட வகுப்பைச் சேர்ந்த பட்டரைத்தான் கோயிலில் நியமிக்க முடியும். அவர்கள் அழைத்து வந்த பட்டர் ஏற்கெனவே நோய்வாய்ப்பட்டிருந்தார். முதல் நாள் பூஜைகள் செய்தார். அடுத்த நாள் உடல்நிலை பாதிக்கப்பட்டு மதுரை அரசு மருத்துவமனையில் சேர்க்கப்பட்டு, பிறகு இறந்துவிட்டார். சனாதனிகளுக்கு இது நல்ல செய்தியாக இருந்தது. புனிதம் பாதிக்கப்பட்டதால், மீனாட்சி அம்மனுக்கு ஏற்பட்ட கோபத்தினால்தான் அவர் இறந்தார் என்று சனாதனிகள்

பேசினார்கள். பிறகு, திருநெல்வேலியிலிருந்து பன்னிரண்டு பட்டர்களை அழைத்து வந்து மீனாட்சி அம்மன் கோயிலில் நியமித்தார்கள் அய்யரும் நாயுடுவும்.

ஆலயப்பிரவேசம் நடந்த பிறகு சனாதனிகள் ஒரு பொற்குடத்திற்குப் பலவிதமான பூஜைகள் செய்து, தமிழ்ச் சங்கம் சாலையிலிருந்த நடேச அய்யர் வீட்டில் நிறுவினார்கள். மீனாட்சி அம்மன் கோயிலை விட்டு வெளியேறி இந்த இடத்தில் எழுந்தருளியிருப்பதாக சிறு கோயில் கட்டி பிரச்சாரம் செய்தார்கள். அங்கிருந்த மீனாட்சி அம்மன் விக்கிரகத்திற்கு தினசரி பூஜைகள் செய்தார்கள்; வழிபட்டார்கள். வைத்தியநாத அய்யர் வீட்டு முன்பாக, ஆர்ப்பாட்டம் நடத்தினார்கள். உடுக்கை அடித்தார்கள். அவரின் உருவ பொம்மையை எரித்தார்கள். வைத்தியநாத அய்யரையும் சாந்துப்பட்டரையும் ஜாதி விலக்கம் செய்துவிட்டார்கள். பெரும்பாலான பிராமணக் குடும்பங்கள் நடேச அய்யர் பக்கம் இருந்தார்கள். கோயிலிலிருந்து வீடு திரும்பிக்கொண்டிருந்த சாந்துப்பட்டர் மீது ஒருநாள் சாணியைக் கரைத்த நீரை ஊற்றினார்கள். சில நாட்கள் யாரென்று தெரியாத ஆட்கள் அடித்துவிட்டுச் சென்றுவிடுவார்கள்.

மதுரையைத் தொடர்ந்து தமிழ்நாட்டின் பல கோயில்கள், அனைத்து இந்துக்களுக்கும் திறந்துவிடப்பட்டன. மதுரை ஆலயப்பிரவேசத்திற்குச் சட்டப்பாதுகாப்பு இல்லாத நிலையில், நீதிமன்றம் மூலம் ஆலயப்பிரவேசம் செய்தவர்கள் தண்டிக்கப்படும் நிலை இருந்தது.

ஆர்.எஸ் நாயுடு நாற்காலியில் அமர்ந்து தன் பெரிய மீசையை முறுக்கிக் கொண்டிருந்தார்.

❖ ❖ ❖

10

ஜெரால்டு நிக்கல்சனின் குறிப்புகள்

மதுரை ஆலயப்பிரவேசம் 8 ஜூலை 1939

11 ஜூலை 1939: *ராஜாஜி தலைமையிலான அரசு MADRAS TEMPLE ENTRY AUTHORISATION AND INDEMNITY BILL என்ற மசோதாவைத் தயார் செய்தது.*

13 ஜூலை 1939: *நடேச அய்யர் தரப்பில் MADURAI SUBORDINATE JUDGES நீதிமன்றத்தில் வழக்குத் தொடரப்பட்டது.*

17 ஜூலை 1939: *மெட்ராஸ் மாகாண சட்டசபை கூட்டத்தொடர் இல்லாததால் கவர்னர் எர்ஸ்கினிடம் ஒப்புதல் பெற்று MADRAS TEMPLE ENTRY ORDINANCE – ORDINANCE I OF 1939 என்ற அவசரச்சட்டம் பிறப்பிக்கப்பட்டது.*

31 ஜூலை 1939: *மதுரைக்கு வந்த ராஜாஜிக்கு அவசரச் சட்டத்திற்கு எதிராகக் கருப்புக்கொடி காட்டப்பட்டது.*

ஆகஸ்டு முதல் வாரம் 1939: *மெட்ராஸ் மாகாண சட்டசபையில் மதுரை ஆலயப்பிரவேசம் பற்றியும் மசோதா பற்றியும் விளக்கி ராஜாஜி பேசினார். அவரை ஆதரித்து மதச்சீர்திருத்தம் நடந்துள்ளதாக என்.எம்.ஆர். சுப்பாராமன் பேசினார். கோயில் நுழைவிற்குப் பொதுமக்கள் ஆதரவு இல்லையென்றும் கோயில்களில் கூட்டம் இல்லை என்றும் அவசரச் சட்டத்தை எதிர்த்து*

டி.டி. கிருஷ்ணமாச்சாரி பேசினார். மேல்சபையில் விவாதிக்கப் பட்டு 8 ஆகஸ்டு *1939* அன்று நிறைவேற்றப்பட்டது.

12 ஆகஸ்டு 1939: கவர்னர் எர்ஸ்கின், இந்த மசோதாவிற்கு ஒப்பம் செய்து வைஸ்ராயின் இறுதி ஒப்புதலுக்கு ஒத்திவைத்தார். *(RESERVED FOR THE CONSIDERATION OF VICEROY)*

12 ஆகஸ்டு 1939: வார்தா காங்கிரஸ் காரியக் கமிட்டிக் கூட்டத்தில் மசோதாவை நிறைவேற்றியதற்காக, மெட்ராஸ் மாகாண அரசு பாராட்டுதலைப் பெற்றது.

04 செப்டம்பர் 1939: பிரிட்டிஷ் இந்தியாவின் வைஸ்ராய் லார்டு லின்லித்கோ இறுதி ஒப்புதல் அளித்தார். *MADRAS TEMPLE ENTRY AUTHORISATION AND INDEMNITY ACT 1939* இவ்வாறாக நிறைவேறியது.

11 செப்டம்பர் 1939: *FORT SAINT GEORGE GAZETTE* இல் *ACT No XXII OF 1939* எனப் பிரசுரம் செய்யப்பட்டது.

❖ ❖ ❖

11

ஆலயப்பிரவேசம் நடந்த பத்து நாட்கள் கழித்து, சங்கரலிங்க நாடார் வீட்டிற்கு அம்பிகா வந்தாள். ஜூலை ஒன்பதாம் தேதிய சக்ரா ஆங்கில நாளிதழைக் கொண்டுவந்திருந்தாள். அவளுடைய ரிப்போர்ட் பிரசுரமாகியிருந்த பக்கத்தைப் புரட்டி, சங்கரலிங்க நாடாரிடம் காண்பித்தாள்.

"நான் ஏற்கனவே பார்த்துவிட்டேன். அதில் ஒரு பிழை இருக்கிறது" என்றார் சங்கரலிங்க நாடார்.

"ஆமாம், ஏதோ பதட்டத்துலே அப்படி ஆர்.எஸ். நாயுடு பேரை எஸ்.ஆர். நாயுடுன்னு எழுதிட்டேன். பின்னாடி செய்தி ஆசிரியர் என்னைக் கூப்பிட்டுத் திட்டினார். என்ன செய்யறது. திட்டை வாங்கிக்கத்தானே வேணும். பிழை என்மீதுதானே."

"பெரிய மீசை வைச்சுக்கிட்டு தடிமனா ஆஜானுபாகுவா இருந்தார். பக்கத்துலே இருந்தவர் சொன்னார். அப்பத்தான் நான் நாயுடுவைப் பாக்கறேன். எதுக்கும் அசராத ஆள் மாதிரி இருந்தார்."

"ஆமா. பாருங்களேன் வேலைக்கு வராத பட்டர்களையெல்லாம் டிஸ்மிஸ் பண்ணிட்டாரே. அவா எதிர்பார்த்திருக்கவே மாட்டா. நடேச அய்யர் பிரபல வக்கீல்தான். வைத்தியநாத அய்யரே அவர்ட்டே ஜுனியரா வேலை பார்த்தவர்தான். ஆனால், நாயுடு பார்–அட்–லா, லண்டன்லே படிச்சவர். எல்லாத்தையும் அய்யரும் நாயுடுவும் சமாளிச்சுருவா."

"நடேச அய்யர் வீட்டுக்கு மீனாட்சி வந்துட்டதாகவும் கோயில்லே மீனாட்சி இல்லைன்னும் நடேச அய்யர் சொல்றாரே."

"ஆமா, ஒரு பொற்குடத்தை பலவிதமான பூஜைகள் செய்து, இதுதான் மீனாட்சின்னு

சொன்னா. இப்ப ஒரு விக்கிரகத்தை வைச்சு சின்ன கோயில் கட்டிண்டிருக்கறதா கேள்விப்பட்டேன்."

"நீங்க போகலையா"

"நான் ஆப்போஸிட் பார்ட்டி. போனா தூஷணை பண்ணுவா. ஹரிஜனங்களும் நாடாரும் கோயிலுக்குள்ளே வந்ததினாலே கோயில் அழுக்காயிடுத்தாம். அதை சுத்தம் பண்ணனுமாம். அப்பத்தான் பட்டர்களெல்லாம் உள்ளே வருவாளாம். பழைய நிலை நீடிக்கனுமாம். எட்டாம் தேதி ஆலயப்பிரவேசம். பதினொன்னாம் தேதி ராஜாஜி மசோதா தயார் பண்ணிட்டார். பதினெட்டாம் தேதி கவர்னர்ட்டே கையெழுத்து வாங்கி அவசரச் சட்டம் போட்டுட்டா. வைத்தியநாத அய்யரையும் மத்தவங்களையும் உள்ளே தள்ளனும்னு நடேச அய்யர் நினைச்சார். இப்ப முடியாம போயிடுத்து. மீனாட்சி அம்மன் ஆலயப்பிரவேசத்துக்குப் பின்னாடி பல கோயில்களை அனைத்துப் பிரிவினரும் உள்ளே வரலாம்னுட்டு திறந்துவிட்டுட்டா. மாற்றத்தை விரும்பாத சனாதனிகள்தான் பிரச்சினை பண்றா. பிராமணக் குடும்பங்கள் காந்தி மேலே அபிமானம் உள்ளவாதான். ஆனா, சாமி, மதம்னு வந்துட்டா நிலை தடுமாறிடுவா. நடேச அய்யர் வீட்லே இருக்கற கோயிலில் இருக்கறதுதான் ஒரிஜினல் மீனாட்சின்னு அங்கே போய் கும்பிடறா. ஆனா, அவாளுக்கு மீனாட்சி அம்மன் கோயிலில் கிடைக்கிற மன திருப்தி கிடைக்கலை. அவா உள் மனசுக்குத் தெரியும், மீனாட்சி கோயிலை விட்டு வெளியே வந்து இவர் வீட்லே உக்காரலைன்னு. ஆனா, கோயில் அசுத்தமாயிடுத்துன்னு நம்பறா. காந்திங்கிற பெரிய சக்தி எல்லாத்தையும் மாத்தும். மாத்திண்டே இருக்கும்..."

சங்கரலிங்க நாடார், அவள் பேசுவதைக் கவனித்துக் கொண்டிருந்தார். அவள் நீலக்கலரில் சேலை உடுத்தியிருந்தாள்.

"நீங்க கோயிலுக்குப் போனேளா"

"இல்லை. இவ்வளவு பிரச்சினையா இருக்கு. ஏதாவது பிரச்சினை வருமோன்னு யோசனையா இருக்குது."

"ஒண்ணும் நடக்காது. அவசரச் சட்டம் போட்டாச்சு. இனி அசெம்பிளியிலே விவாதம். மீண்டும் கவர்னர் கையெழுத்து. அப்புறம் வைஸ்ராய் ஒப்புதல். அப்புறம் கெஜட் வெளியீடு. அதான் இறுதி நிலை. இப்ப அவசரச் சட்டம் அமல்லே இருக்கறதனாலே சட்டப்படி அனுமதி உண்டு. யாரும் ஒண்ணும் செய்ய முடியாது. நாயுடு விடமாட்டார். போலீஸெல்லாம் போட்டுருக்காராம்..."

"சரி, கொஞ்ச நாள் கழிச்சுப் போறேன்."

"உங்க விருப்பம்."

சரஸ்வதி நிலைப்படியருகே நின்று அவர்கள் பேசுவதைக் கவனித்துக்கொண்டிருந்தாள். அவளுக்கு அரைகுறையாய் ஏதோ புரிந்தது. கோயிலுக்குள் இப்போது சட்டப்படி போகலாம் என்ற அளவில் அவளுக்குப் புரிந்தது. அவளுடைய வேலை, அம்பிகா வந்தால் காபி கொடுப்பது. அவள் போன பின்பு காபி குடித்த டவரா டம்ளரை எடுத்துச் செல்வது என்று ஆகிவிட்டது.

அம்பிகா எழுந்து நின்றாள். சங்கரலிங்க நாடாரும் எழுந்தார். "சொல்ல மறந்துட்டேனே... நடேச அய்யர் மதுரை சப்பார்டினேட் கோர்ட்லே கேஸ் போட்ருக்காராம். அவசரச் சட்டம் வந்தப்புறம் ஒண்ணும் நிக்காது. சும்மா அவாளைச் சேர்ந்தவங்களைத் திருப்திப்படுத்தறதுக்காக கோர்ட்டுக்கு மேலே கோர்ட் போவார். சீக்கிரத்திலே வைஸ்ராயும் அங்கீகாரம் கொடுத்துருவாரு. இந்த இடைவெளியிலே நடேச அய்யர்னாலே ஒண்ணும் செய்ய முடியாது. வரட்டா" என்று விடைபெற்றுக்கொண்டாள்.

'சுதந்திரமான பெண். நிறைய விஷயங்கள் தெரிந்து வைத்திருக்கிறாள். காலத்திற்கேற்ப ஆசாரங்களைக் கடக்க வேண்டும் என்று நினைக்கிறாள். ஆங்கிலப் பத்திரிகையில் வேலை பார்க்கிறாள். நல்ல வாழ்க்கை அமைய வேண்டும். துரதிருஷ்டவசமாக அவளுக்கு ஏதும் கெடுதல் நேர்ந்துவிடக்கூடாது' என்று அவர் நினைத்துக்கொண்டார்.

❖ ❖ ❖

12

சங்கரலிங்கநாடார் கிழக்குக் கோபுரப் பகுதிக்குச் சென்றார். அவருடைய நோக்கம் நிலவரம் எப்படி என்று அறிவதே. நிறைய மக்கள் சென்றுகொண்டிருந்தார்கள். அவருக்கு ஆச்சரியமாக இருந்தது. கீழ்மட்டத்தைச் சேர்ந்த பொருளாதார வசதியற்ற மக்கள் கோயிலினுள் சென்றுகொண்டிருந்தார்கள். தேங்காய்ப்பழக் கடையில் சிலர் தேங்காய்ப்பழம் வாங்கிக் கொண்டிருந்தார்கள். அவருக்கும் கோயிலுக்குள் செல்லவேண்டும் என்ற எண்ணம் ஏற்பட்டது.

“மாப்பிளே, என்ன இங்கே நின்னுக்கிட்டிருக்கே. கோயில்லே மீனாட்சியைப் பாக்க வந்திருக்கேன். வா, சேந்து போவோம். அதான் எல்லாக் கோயிலையும் திறந்துவிட்டாச்சுல்லா” என்றார் சண்முக நாடார். அவர் சங்கரலிங்க நாடார் மனைவிக்கு உறவினர். தென்காசியில் வசிக்கிறார். இதற்காக வந்திருக்கிறார்.

சங்கரலிங்க நாடாருக்கு மகிழ்ச்சி ஏற்பட்டது. துணைக்கு ஓர் ஆள் கிடைத்துவிட்டார். “மதுரையிலே இருந்தாலும் இன்னைக்கித்தான் தோது அமைந்தது” என்றார் சங்கரலிங்க நாடார்.

“தங்கச்சி, குழந்தைக நல்லா இருக்காங்கள்ல... என்ன... விசேஷ வீட்லே பாக்கறதுதான்.”

“நல்லாருக்காங்க... உங்க வீட்டிலே எல்லோரும் சௌக்கியந்தானே.”

“சௌக்கியந்தான். என்ன இம்புட்டு கூட்டம் இருக்கு. மீனாட்சி என்ன நம்பளை பாக்க வேணாம்னு பிடிவாதமாவா இருந்தா... இவுனுகல்லா பாக்க விடாமா தடுத்து வைச்சிருந்தானுங்க. இப்ப எல்லோரும்போகலாம்னு சட்டம்போட்டாச்சாம்ல... மாப்பிளே அர்ச்சனை பண்ணுவோமா.”

“வேண்டாம்... ஒரேயடியா துள்ளாதே. உள்ளே போயி கோயிலையும் சாமியையும் பாப்போம்.”

“என்ன மாப்பிளே, இம்மாம் பெரிய குளம் இருக்கு. குளம் வெளியேதான் இருக்கும். இங்க உள்ளே இருக்கு.”

“பாரு படிக்கட்டுகள்ளே எவ்வளவு ஜனங்க உக்காந் திருக்காங்கன்னு.”

“இவ்வளவு சாமிக இருக்கு. எதைக் கும்பிடறதின்னே தெரியலை. இவ்வளவு பெரிய கோயிலை எப்படிக் கட்டுனாங்க... இந்தா பாரு மாப்பிள்ளை, காளி சிலைய... எத்தனை கை... பக்கத்துலே இன்னொரு சாமி காலைத் தூக்கிட்டு நிக்குது.”

“இந்தா அம்மன் சன்னிதி வந்துருச்சு... கூட்டமா இருக்கு... சலம்பாம சாமியைப் பாரு.”

இருவரும் மீனாட்சி அம்மனைத் தரிசனம் செய்தார்கள். சுந்தரேஸ்வரரைத் தரிசனம் செய்தார்கள். சண்முக நாடாருக்கும் சங்கரலிங்க நாடாருக்கும் கோயில் பிரமிப்பைத் தந்தது. பொற்றாமரைக்குளத்தைச் சுற்றியிருக்கும் பிரகார நிழலில் அமர்ந்தார்கள்.

“மாப்பிளே, இம்மாம் பெரிய கோயிலுக்குள்ளே வழி குழம்பிப் போயிரும் போல இருக்கே... வந்த வழி தெரியுதா. மாறிப்போய் வேற வாசலுக்குப் போயிடப்போறோம். ரெண்டு மூணு சுப்பிரமணியரு, ரெண்டு மூணு பிள்ளையாரு அப்புறம் எவ்வளவு சாமிகள்... இத்துனூண்டு வீடு கட்றதுக்கே பெரும்பாடாயிருக்கு... இம்புட்டு பெரிய கோயிலை எப்படித்தான் கட்டினாங்களோ. இவ்வளவு காலமா நம்ம கண்ணுலே காட்டாம மறைச்சு வைச்சிருந்தாங்களே. நம்மகிட்டே பணம் வசதி இருந்தாலும் உள்ளே வர முடியலை பாத்தியா. எவ்வளவு போராட்டம். இப்ப சுகமா வந்து மீனாட்சி அம்மனைப் பாத்துட்டு காத்தாட குளத்தைப் பாத்துக்கிட்டு கதை பேசிக்கிட்டு இருக்கோம். ஒரு நாள்லே எல்லாம் எப்படி மாறியிருச்சு பாரு. தங்கச்சியை எப்பக் கொண்டாந்து இந்தக் கோயிலை காமிக்கப் போறே மாப்பிளே..”

“காமிப்போம். அதுக்கு இதைப் பாத்தா அதிசயமா இருக்கும். என் மகனுக்கும் அப்படித்தான் இருக்கும். நான் ரெண்டு பேரையும் ஒருநாள் முதல் முறையா சர்க்கசுக்குக் கூட்டிட்டுப் போனேன். அவுங்க ரெண்டு பேருக்கும் அவ்வளவு சந்தோஷம். ‘அதிசயமா இருக்கே’ன்னு உன் தங்கச்சி சொல்லிக்கிட்டிருந்துச்சு. இங்க கூட்டி வந்தா அப்படித்தான் அதுக்குத் தோணும்.”

“எப்படி மாப்பிளே உள்ளே விட்டாங்க. ஒண்ணும் கலாட்டா வல்லியா”

“ஒண்ணும் பிரச்சினையே இல்லை. அவ்வளவு கூட்டம். அஞ்சு ஹரிஜனங்களையும் ஒரு நாடாரையும் கூட்டிக்கிட்டு அய்யர் உள்ளே போறாரு. ஒரே ஆரவாரம். நான் கோபுர வாசலில் நின்னு வேடிக்கை பாத்தேன். பட்டர்கள் மட்டும்தான் விருப்பமில்லாமல் இருந்தாங்க. அடுத்த நாள் கோயிலைப் பூட்டிட்டு வேலைக்கு வரலை. ஒரே ஒரு பட்டர் மட்டும்தான் வந்தார். டிரஸ்டியா ஒரு நாயுடு இருக்கார். அவர் பூட்டை உடைச்சு உள்ளே போயிட்டார். ஒரு பட்டரை வைச்சு பூஜை பண்ணினார். வேலைக்கு வராத பட்டர்களையெல்லாம் ஒரு ஆர்டர் போட்டு வேலையை விட்டு தூக்கிட்டார். அவுங்க இதை எதிர்பார்க்கல. நாயுடு தைரியமான ஆளு. இப்ப திருநெல்வேலியிலிருந்து பட்டர்களைக் கூட்டிவந்து பூஜைகளை நடத்தறார். நீ வீட்டுக்கு வந்து சாப்ட்டுட்டு வெயில் தாழப் போ. உன் தங்கச்சியையும் பாத்த மாதிரி இருக்கும்.”

“இருக்கட்டும் மாப்பிளே. நேரம் ஆயிரும். அப்படி இப்படி இழுத்துரும். அங்கே ஊர்லே பலசரக்குக் கடையை எம் பொண்டாட்டி கிட்டேயும் வேலைக்காரப் பையன் கிட்டேயும் விட்டுட்டு வந்துருக்கேன். மீனாட்சியைப் பாத்திரணும்னு ஒரே எண்ணமா இருந்துச்சு. இன்னைக்கிப் பாத்தாச்சு. இனிமேதான் நெனைக்கறப்ப வந்து பாத்துக்கலாம்ல.”

இருவரும் எழுந்து கோபுர வாசலை நோக்கிச் சென்றார்கள்.

❖ ❖ ❖

13

இரண்டு நாட்கள் கழித்து சரஸ்வதியையும் ராகவனையும் அழைத்துக்கொண்டு சங்கரலிங்க நாடார், மீனாட்சி அம்மன் கோயிலுக்குச் சென்றார். இருவருக்கும் மகிழ்ச்சியாக இருந்தது. மக்கள் கூட்டம் இருந்தது.

"எவ்வளவு பெரிய தூண். எப்படி இதையெல்லாம் கொண்டாந்து வைச்சாங்க... நூறு கல்யாணம் பெரிசா நடத்தலாம் போல இருக்கு, எவ்வளவு பெரிய கோயில்" என்றாள் சரஸ்வதி.

ராகவனுக்கு எல்லாமே ஆச்சரியமாக இருந்தது. "ஏன் அப்பா இந்தக் கோயிலுக்குள்ளே நம்மளை உள்ளே விடமாட்டாங்கன்னு சொன்னாங்க" என்றான்.

"நாம கள்ளு இறக்குறவங்க."

"நாம கள்ளு இறக்குறவங்க. கள்ளு குடிச்சவங்க மட்டும் கோயிலுக்குள்ளே வரலாமா" என்றான் ராகவன்.

'ராகவன் அறிவாளியாக இருக்கிறான். அரசாங்க வேலை எல்லாம் வேண்டாம். எனக்குப் பெரிய தொழில் அமையக் காத்திருக்கிறேன். அவனைத் தொழிலில் இறக்கிவிட வேண்டும். சமூக அந்தஸ்து தானாக வரும்.' என்றெல்லாம் யோசித்துக்கொண்டிருந்தார் சங்கரலிங்க நாடார்.

சரஸ்வதியையும் ராகவனையும் கோயிலின் சன்னிதி, முக்கிய இடங்கள் எல்லாவற்றையும் சுற்றிக் காட்டினார். ஆயிரங்கால் மண்டபத்தையும் காட்டினார். "அப்பா கால் வலிக்குது" என்றான் ராகவன்.

சரஸ்வதி அடிக்கடி, "நூறு கல்யாணம் ஒரே சமயத்துலே நடத்தலாம்" என்று சொல்லிக்

கொண்டிருந்தாள். எல்லோரும் பொற்றாமரைக்குள பிரகாரத்தில் அமர்ந்தார்கள். "இதுக்குள்ளே ஒரு குளத்தை வேறே கட்டியிருக்காங்களே" என்றாள் சரஸ்வதி.

'இப்ப நிலை பரவாயில்லை. நாடார் சமூகம் வியாபாரத்தைப் புடிச்சிருச்சு. கீழ மாசி வீதியிலே நாடார்கள் கடை வர ஆரம்பிச்சுருச்சு. அப்பா குமாரசாமி நாடார், சிவகாசி கலவரத்துலே அடிபட்டு ஜெயில்லேயிருந்து வந்தவர். அவர்தான் ராகவனுக்குப் பெயர் வைச்சார். அவர்மீது அன்பு வைச்சிருந்த ஜெயிலரின் பெயர் அது. அவர் பெயரை மறக்கக்கூடாது என்று சொல்லித்தான் குமாரசாமி நாடார், அந்தப் பெயரை வைத்தார். சமூக விலக்கம் பெற்றவங்க இன்னைக்கி மீனாட்சி அம்மன் கோயில் பொற்றாமரைக்குள பிரகாரத்தில் உக்காந்துருக்கோம்' என்று பலவிதமாக யோசித்துக்கொண்டே சங்கரலிங்க நாடார் பொற்றாமரைக்குளத்தைப் பார்த்துக்கொண்டே உட்கார்ந்திருந்தார். அந்த இடம் அவருக்குப் பிடித்துப்போய் விட்டது.

❖ ❖ ❖

சுரேஷ்குமார இந்திரஜித்

14

அம்பிகா அரக்கு நிறத்தில் புடவை உடுத்தியிருந்தாள். உற்சாகமாகப் பேசிக்கொண்டிருந்தாள். கையில் நாளிதழை வைத்திருந்தாள். "பாருங்க எங்க பத்திரிகையிலே வந்திருக்கு. இது செப்டம்பர் அஞ்சாம் தேதி பத்திரிகை. நாலாம் தேதி வைஸ்ராய் கோயில் நுழைவுச் சட்டத்தை அங்கீகரித்து கையெழுத்துப் போட்டிருக்கார். ஏற்கனவே பல கோயில்களை எல்லோருக்கும் திறந்துவிட்டுட்டா. ஒன்னு ரெண்டு கோயில்தான் இன்னும் திறந்துவிடாம இருக்கு. அதுலே ஒண்ணு ஸ்ரீரங்கம் ரங்கநாத சுவாமி கோயில். சட்டப்படி எல்லாக் கோயில்களையும் திறந்துவிடணும். ஒன்பதாம் தேதி ரங்கநாத சுவாமி கோயிலுக்கு இந்து எண்டோமெண்ட் மினிஸ்டர் போறதா பிளான் இருக்கு. நான் ரிப்போர்ட்டர்ங்கிற முறையிலே போறேன். எனக்கு எங்க பத்திரிகையிலே தனியா போக்குவரத்துக்கு ஏற்பாடு பண்ணியிருக்காங்க... என் கூட நீங்க வரேளா..."

"நானா... நான் வந்து என்ன செய்யப்போறேன்."

"சும்மா வேடிக்கை பாக்கத்தான்."

"இந்து எண்டோமெண்ட் மினிஸ்டர் பேரு ஏதோ ராஜன்னு வருமே."

"ஆமா, டி.எஸ்.எஸ். ராஜன். அவர் டாக்டர். மெட்ராஸ்லேயும் இங்கிலாந்துலேயும் படிச்சவர். பர்மாவுலேயும் இங்கிலாந்துலேயும் வைத்தியம் பாத்தவர். ஸ்ரீரங்கத்துலே பொறந்தவர். டாக்டர் மட்டும் இல்லை. சர்ஜனாக்கும். சுகாதார மந்திரியாவும் இருக்கார்"

"எனக்கு அங்கே வர யோசனையா இருக்கு. நான் வியாபாரி. ஏதாவது பிரச்சினை வருமா?"

"ஒண்ணும் வராது. போறவா மினிஸ்டர். சர்க்கார் அவாளோடது. போலீஸ் அவாளோடது. அப்புறம் என்ன பிரச்சினை வரப்போறது. போயி நல்லா சாமி தர்சனம் பண்ணிண்டு வருவோம்."

"சரி, உங்க விருப்பம்."

ஸ்ரீரங்கம் கோயிலில் போலீஸ் பந்தோபஸ்து போடப்பட்டிருந்தது. மந்திரியின் நோக்கம் கோயிலுக்குள் செல்வது மட்டுமே. மந்திரி, தாழ்த்தப்பட்டவர்களை அழைத்துக்கொண்டு கோயிலுக்குள் செல்லப்போகிறார் என்று சனாதனிகள் நினைத்தார்கள். மந்திரியும் தன்னுடன் வந்த குழுவில் எந்தெந்த சாதியைச் சேர்ந்தவர்கள் இருக்கிறார்கள் என்று யோசிக்கவில்லை. ஆலய நுழைவுச் சட்டமும் நிறைவேற்றப்பட்டுவிட்டது. எனவே ஆலயப்பிரவேசம் என்ற கேள்வியே சட்டப்படி எழாது.

சனாதனிகள், கோயிலுக்குள் பல இடங்களில் பிராமணப் பெண்களைக் கூட்டம் கூட்டமாக நிறுத்தி வைத்திருந்தார்கள். சித்திரை வீதியில் ஊர்வலம் போவதற்கும் மந்திரி பேசும் கூட்டத்திற்குச் சற்று தள்ளி அவர்களின் கூட்டத்திற்கும் அனுமதி பெற்றிருந்தார்கள்.

மந்திரி கோயிலுக்கு வரும்போது, பெருங்கூட்டமாக சனாதனிகள் பிராமணப் பெண்களின் துணையுடன் வழியை மறித்து, மந்திரியின் குழுவைத் திட்டினார்கள். பெண்கள் சுவர் போல நெருக்கமாக, வரிசையாக அமர்ந்து நெஞ்சில் அடித்துக்கொண்டு கத்தினார்கள். மந்திரியின் குழு அவர்களைத் தாண்டிச் செல்லமுடியவில்லை. பெண்களின் அழுகையும் புலம்பலும் அந்தச் சூழலில் பெரும் கொந்தளிப்பை ஏற்படுத்தியது. போலீஸ் கூட்டத்தைக் கலைக்க முயற்சி செய்தது. கலவர சூழ்நிலை உருவாகியது. மந்திரியும் அவருடைய குழுவும் திரும்பிச் செல்ல முயற்சித்தபோது, அவர்களை நோக்கி பெரும் கூட்டம் வெளியிலிருந்து முன்னேறி வந்தது. பெண்கள் அழுகையையும், புலம்பலையும் விடவில்லை. ஆலய நுழைவுச் சட்டத்தை இந்தக் கோயிலில் அமல்படுத்தமாட்டோம் என்ற உறுதிமொழியைக் கூட்டம் மந்திரியிடம் கேட்டது. மந்திரியும் குழுவும் வெளியேற முயற்சித்தபோது மிளகாய்ப்பொடியைப் பெண்கள் தூவினார்கள். மந்திரியுடன் வந்தவர்கள் அவர்களைச் சமாதானப்படுத்த முயற்சித்தார்கள். அதிகமாகக் கத்தியதால் பெண்களில் சிலர் சோர்வடைந்தார்கள். கலவர சூழ்நிலை மேலும் கூடியது. மந்திரியும் குழுவும் வெளியேற முடியாத சூழ்நிலை ஏற்பட்டபோது, ரிசர்வ் போலீசும் டி.எஸ்.பி.யும் அந்த இடத்துக்கு வந்தார்கள். கலவர சூழ்நிலையைக் கட்டுக்குள் கொண்டுவருவதற்காகவும் பெண்கள் கூட்டத்தைக்

கலைப்பதற்கும் போலீஸ் தடியடி நடத்தினார்கள். அதில், சில பெண்கள் பெரிய காயமடைந்தார்கள். சில பெண்களுக்கு லேசான காயம் ஏற்பட்டது. சில பெண்கள் மயக்கமடைந்து கீழே விழுந்தார்கள். இந்தச் சம்பவத்தில் சில போலீஸ்காரர்கள் காயமடைந்தார்கள். சனாதனிகளின் தலைவர்கள் சிலரையும், பெண்கள் சிலரையும் போலீஸ் கைது செய்தது.

இந்தச் சம்பவத்திற்குப் பிறகு, மந்திரி மாவட்ட ஹரிஜன சங்கம் ஏற்பாடு செய்திருந்த ஆலயப் பிரவேச பிரச்சாரக் கூட்டத்திற்குச் சென்றார். அந்தக் கூட்டத்தில் ஆலய நுழைவுச் சட்டத்தை ஆதரிக்க வேண்டும் என்றும் பிராமணப் பெண்களைத் தூண்டிவிடுவது தவறு என்றும் பேசினார். கோயிலில் நடந்த சம்பவம் ஆலய நுழைவை அவசியம் நடத்த வேண்டும் என்ற உத்வேகத்தை அளித்திருப்பதாகவும் பேசினார். அவர் பேச்சை முடித்துவிட்டு திரும்பச் செல்லும்போது, ஸ்ரீநிவிலாஸ் பிரஸ் முன்னால் கூடியிருந்த கூட்டம் அவரது காரை நோக்கி வந்தது. மேற்கொண்டு சென்றபோது சில இடங்களில் சனாதனிகள் கூடி நின்று ஆலய நுழைவுக்கு எதிரான கோஷங்களை எழுப்பினார்கள்.

கோயிலில் மந்திரியின் குழு மீது கற்கள் வீசப்பட்டபோது, குழுவிலிருந்த அம்பிகா குனிந்துகொண்டாள். சங்கரலிங்க நாடாருக்கு படபடப்பு ஏற்பட்டது. இந்த மாதிரி சூழ்நிலையை அவர் எதிர்பார்க்கவில்லை. அம்பிகாவிற்கு ஏதும் நேராமல் காப்பாற்ற வேண்டுமே என்று நினைத்தார். பிராமணப் பெண்கள் இவ்வளவு ஆக்ரோஷமாக, அதுவும் மந்திரிக்கு எதிராக ஆர்ப்பாட்டம் செய்வது அம்பிகாவிற்குப் புதிதாகவும் எதிர்பாராததாகவும் அதிர்ச்சியாகவும் இருந்தது. கோயிலுக்குள் செல்லவிடாமல் பெண்கள் சுவர் போல மறித்து உட்கார்ந்து அழுது புலம்பிக்கொண்டிருக்கிறார்கள். கோயிலை விட்டு வெளியேறலாம் என்றால் அங்கு ஒரு கூட்டம் நின்று மறித்துக்கொண்டிருக்கிறது. பெண்கள் மிளகாய்ப்பொடியைத் தூவ ஆரம்பித்ததும் சங்கரலிங்க நாடார், அம்பிகாவின் கையைப் பற்றினார். வெளியே நின்றிருந்த கூட்டத்தை விலக்கிப் பிளந்துகொண்டு ஆவேசங் கொண்டவராக அம்பிகாவையும் கூட்டிக்கொண்டு கூட்டத்திற்கு வெளியே வந்தார். அம்பிகா கலங்கியிருந்தாள். கூட்டத்திற்கு வெளியே சனாதனிகள் ஆங்காங்கே நின்றிருந்தார்கள். கோயிலுக்கு உள்ளேயும் வெளியேயும் ஆண், பெண்களின் கோஷம் கேட்டுக்கொண்டிருந்தது. பெண்களின் ஓலம் ஊடே கேட்டது. ஒரு வயதான சனாதனி அவர்களிடம் வந்து, "யார்" என்று கேட்டார்.

"மாமா...நான் சக்ரா பிரஸ் ரிப்போர்ட்டர். இவர் எங்க ஸ்டாப். கூட துணைக்கு வந்திருக்கார். மாமி உள்ளே உக்காந்திருக்காளா மாமா?" என்றாள் அம்பிகா.

"ஆமா, எனக்கு உடம்புக்கு முடியலை. அவ உள்ளே உக்காந்திருக்கா. அழறதுலே எக்ஸ்பர்ட். நீயே சொல்லு. இது நியாயமா... இப்படிச் சட்டம் கொண்டுவர்றது நியாயமா. சேஷாத்திரி பையன் ராஜன் இந்து எண்டோமெண்ட் மந்திரியா இருக்கறப்ப இப்படி நடக்கலாமா... நீ இந்தச் சண்டையை எல்லாம் எழுதாதே. சட்டத்துக்குக் கடுமையான எதிர்ப்புன்னு மட்டும் எழுது... பெருமாள் உன்னைக் காப்பாத்துவார்" என்றார்.

அம்பிகா ஏற்கெனவே பதற்றத்திலிருந்தாள். அவரை நோக்கித் தலையை அசைத்தாள். சங்கரலிங்க நாடார் உதிரியாக நின்றுகொண்டிருந்த சனாதனிகளைப் பார்த்துக்கொண்டிருந்தார். இந்த இடத்தை விட்டு உடனே சென்றுவிட வேண்டும் என்று நினைத்தார். அப்போது கலைந்த தலைமுடியுடன், சீரற்ற ஆடைகள் அணிந்த ஒரு வெள்ளைக்காரரைப் பார்த்தார். அவர் எதற்கு இந்த இடத்தில் அலைந்துகொண்டிருக்கிறார் என்ற எண்ணம் அவருக்கு ஏற்பட்டது. அந்த வெள்ளைக்காரர் இவர்களை நோக்கி வந்தார். அவர் தோளின் குறுக்கே ஒரு தோல்பை தொங்கிக்கொண்டிருந்தது. சங்கரலிங்க நாடார், அம்பிகாவை அழைத்துக்கொண்டு வாகனத்தை நோக்கி நடந்தார். அவர்கள் பின்னால் அவரும் நடந்து வந்தார். வாகனத்தை அடைந்ததும், அந்த வெள்ளைக்காரர் அவர்களை அழைக்கும் சத்தம் கேட்டது. அம்பிகா, "என்ன?" என்று கேட்டாள். "நீங்கள் எங்கு செல்கிறீர்கள்" என்று வெள்ளைக்காரர் கேட்டார். அம்பிகா, "மதுரை" என்றதும், "என்னை திண்டுக்கல்லில் இறக்கிவிட முடியுமா? உதவி பண்ணுங்கள்" என்றார், அந்த வெள்ளைக்காரர். அம்பிகா, சங்கரலிங்க நாடாரைப் பார்த்தாள். அவருக்கு என்ன சொல்வதென்று தெரியவில்லை. 'இந்த வெள்ளைக்காரர் உளவாளியாக இருப்பாரோ. ஆள் பார்க்க வித்தியாசமாக இருக்கிறார். சீரில்லாமல் இருக்கிறார்' என்று நினைத்தார். அம்பிகா, அந்த வெள்ளைக்காரைப் பார்த்து, "சீக்கிரம் ஏறிக்கொள்ளுங்கள்" என்றார். அவர் வாகனத்தில் அவர்களுடன் ஏறிக்கொண்டார். அனைவரும் அமர்ந்த பின் வாகனம் சென்றது.

அம்பிகா அவரைப் பார்த்து, "யார் நீங்கள்? எதற்கு இங்கு வந்திருக்கிறீர்கள்? நான் சக்ரா ஆங்கில நாளிதழின் ரிப்போர்ட்டர்" என்றாள்.

"என் பெயர் ஜெரால்டு நிக்கல்சன். ஆராய்ச்சியாளர் என்று சொல்லலாம். என்ன நடக்கிறது என்று பார்க்க வந்தேன். பிரிட்டிஷ்காரர்கள் இல்லாவிட்டால் நீங்கள் ஒற்றுமையில்லாமல் உங்களுக்குள் அடித்துக்கொள்வீர்கள் என்று தோன்றுகிறது. மத வேறுபாடு, மொழி வேறுபாடு, ஜாதி வேறுபாடு, கடவுளை வணங்குவதில் வேறுபாடு, பழக்கவழக்கங்களில் வேறுபாடு, கலாச்சார வேறுபாடு, இன்னும் எத்தனையோ வேறுபாடுகள்.

எப்படி உங்களுக்குள் ஒற்றுமையாக இருக்கப் போகிறீர்கள் என்று தெரியவில்லை. இந்தியா பல நாடுகளின் தொகுப்பாக இருந்தது. மதம் ஒன்றுதான் இணைப்பு. நாங்கள் அதை ஒரு நாடாக்கினோம். பெயருக்குத்தான் தற்போது இங்கு மன்னர்கள் இருக்கிறார்கள். நான் எல்லாவற்றையும் ஆராய்ந்துகொண்டிருக்கிறேன். இந்துக் கோயில்களில் இந்துக்களில் ஒரு பகுதியினரை அனுமதிக்காதது பற்றியும் அதற்கான போராட்டங்கள் பற்றியும் ஆராய்ச்சி பண்ணிக்கொண்டிருக்கிறேன்" என்றார்.

"திண்டுக்கல்லுக்கு எதற்குப் போகிறீர்கள்" என்றாள் அம்பிகா.

"திண்டுக்கல் கோட்டையைப் பார்க்க. முக்கியத்துவம் வாய்ந்த கோட்டை. நாயக்கர்கள் கட்டியது. பாளையக்காரர்களிடம் இருந்தது. மைசூர் உடையார்களிடம் இருந்தது. ஹைதர் அலியிடம் இருந்தது. திப்பு சுல்தானிடம் இருந்தது. பிரிட்டிஷ்காரர்களிடம் இப்போது இருக்கிறது. அந்தக் கோட்டை. ஹைதர் அலியின் தங்கை நிஷா பேகம் இங்கு இருந்தபோது பிரசவத்தில் இறந்துவிட்டார். அவர் நினைவாகக் கட்டப்பட்ட பேகம்பூர் ஸ்தூபியையும் பார்க்கப் போகிறேன்" என்றார்.

சங்கரலிங்க நாடாருக்கு, 'ஆள் கிறுக்கன் போல இருக்கிறார். விவரம் தெரிந்தவர்கள் இப்படித்தான் இருப்பார்கள் போலிருக்கிறது. நம்ம சித்தர்கள் மாதிரி இவரும் ஏதாவது சேகரிச்சிக்கிட்டே இருப்பார் போல. வெள்ளைக்காரச் சித்தர்' என்று தோன்றியது.

ஜெரால்டு நிக்கல்சன் தோல்பையைத் திறந்து, அதில் இருந்த நோட்டை எடுத்து ஏதோ எழுதினார். அந்தத் தோல்பையில் நிறைய காகிதங்களும் நோட்டுகளும் இருந்தன. சங்கரலிங்க நாடார் அம்பிகாவைப் பார்த்தார். அவள் சிகப்புக் கலரில் சேலை உடுத்தியிருந்ததைக் கவனித்தார்.

15

மதுரை பேச்சியம்மன் கோயில் தெரு பாகீரதியம்மாள், 'ஆலய எதிர்ப்புக் கும்மி பாட்டுப் புஸ்தகம்' என்ற தலைப்பில் பதினாறு பக்கத்தில் ஒரு புத்தகத்தை வெளியிட்டார். மதுரை கமலத்தோப்பு தெரு எஸ். தர்மாம்பாள் என்பவர் 'ஆலயப்பிரவேச கண்டனப் பாட்டுப் புஸ்தகம்' என்ற பெயரில் இருபத்தெட்டுப் பக்கத்தில் ஒரு புத்தகத்தை வெளியிட்டார்.

பாகீரதியம்மாள் பாட்டுப் புத்தகத்திலிருந்து சில பகுதிகள்:

"ஸேது இமயமலை வரையில் அங்கே
எத்தனையோ ராஜாக்கள் ஆண்டார் அவாள்
ஆலயப் பிரவேசமன்ற அநீதிகளைக்
கனவிலும் நினையார் மனந்துணியார்
அந்த நாளில் இந்த சண்டாளர்கள் இல்லையோ
அவாள் இன்றுதான் பூமியில் குதித்தனரோ."

"தீங்கிழைக்கும் சட்டங்கள் இயற்றினார்கள்
ஐரோப்பியர், முஸ்லீம், ஹிந்துஸ்தானி
மராத்தியர்கள் யோசிக்காத சட்டங்கள்."

"இந்தச் சட்டங்கள் முனிவர்களையும்
துறவிகளையும் கடுமையாக தொந்தரவு செய்கிறது
கற்புடைப் பெண்கள் துயரத்தில் புலம்புகிறார்கள்
நல்லதை வென்று தீயதை காத்திருக்கிறார்கள்
வருணாசிரம தருமத்தை தாழ்வுபடுத்தி
அதர்மத்தை நிலை நாட்டியிருக்கிறார்கள்."

எஸ். தர்மாம்பாளின் பாட்டுப்புத்தகத்தில் சில பகுதிகள்:

"ஆர்.எஸ்.நாயுடும் வைத்தியநாதரும்
அக்ரமங்கள் செய்தார்கள்
அக்ரமாய் பஞ்சமரை ஆலயத்தில்
புகுத்தி விட்டார்."

"தீண்டாதவர்கள் அவளைத் தொட்டனர்
தொட்டதை அதிகரித்து மாசுப்படுத்தினர்
ஆகவே தேவி இடத்தைவிட்டு நீங்கி புறப்பட்டுவிட்டாள்
வெகுதூரம் போய்விட்டாள்."

"அவர்களை கண்டிக்கவோ தண்டிக்கவோ இல்லை
காலம் நமக்கு சாதகம் இல்லை
சந்தர்ப்பம் எல்லாம் கூடி வரும்வரை
நாம் பொறுமை காப்போம்."

இரண்டு புத்தகங்களுமே ஒவ்வொன்றும் இரண்டணா விலைக்கு விற்கப்பட்டன. சனாதனிகளுக்கு இந்தப் பாட்டுப் புத்தகங்கள் உற்சாகத்தைத் தந்தன.

16

சங்கரலிங்க நாடாருக்கு அம்பிகாவை நினைக்கும்போது கவலை ஏற்பட்டது. 'சின்னப் பெண். அறிவாளி. துணிச்சலான பெண். சமூக மாற்றம் வேண்டும் என்று நினைக்கிறாள். ஆசாரம் அவளைத் தொந்தரவு செய்கிறது. அவளோ பிராமணக் குடும்பத்தில் பிறந்தவள். ஆசாரம், பிராமணக் குடும்பங்களின் அங்கமாக இருக்கிறது. இப்படியே வாழ்க்கையைக் கழித்துவிடுவாளோ. குடும்ப வாழ்க்கையைப் பற்றி அவளுக்குச் சிந்தனை இருக்கிறதா என்பதே தெரியவில்லை. ஸ்ரீரங்கம் கலவரத்தில் சிக்கிக் கீழே விழுந்து அடிபட்டிருந்தால் என்னாகியிருக்கும். அவள் உள்ளுணர்வு சொல்லித்தான் என்னையும் துணைக்குக் கூட்டிக்கொண்டு சென்றாளோ' என்றெல்லாம் சிந்தனைகள் ஓடின. அவளைப் பார்க்க வேண்டும் என்று தோன்றியது. சக்ரா பத்திரிகை அலுவலகத்திற்குச் செல்லலாம் என்றும் தோன்றியது.

பத்திரிகை அலுவலகத்திற்குச் சென்றார். வாசலில் இருந்த வாட்ச்மேன் யாரைப் பார்க்க வேண்டும் என்று விசாரித்தான். அவர் சொன்னார். அவன் உள்ளே போய் விசாரித்துவிட்டு வந்து அவரை உள்ளே போகச் சொன்னான். உள்ளே சென்றார். வரவேற்பு அறையில் அம்பிகா அமர்ந்திருந்தாள்.

"என்ன, என்னைத் தேடி இங்கேயே வந்துட்டேள்" என்றாள். அவள் வெளிர் நீலத்தில் சேலை உடுத்தியிருந்தாள்.

"ஸ்ரீரங்கம் சம்பவத்துக்குப் பிறகு மனசு சங்கடமா இருந்துச்சு. நான் பெரிசா ஒண்ணும் செய்யலைன்னாலும் நான் வந்தது உங்களுக்குப் பாதுகாப்பா இருந்ததுன்னு நெனைக்கிறேன். இந்த வேலை ரொம்ப கஷ்டமான வேலையா இருக்கும் போல. உங்க வீட்லே ஒண்ணும் சொல்ல மாட்டாங்களா" என்றார் சங்கரலிங்க நாடார்.

"வீட்லே நான் எதுவுமே சொல்லமாட்டேன். அப்புறம் வேலைக்குப் போகாதேன்னு சொல்லிடுவா" என்று சிரித்தாள்.

"மினிஸ்டர் ரொம்ப பொறுமையா இருந்தார்னு நெனைக்கிறேன்."

"ஆமா, பொறுமையாத்தான் இருந்தார். அவர் சுபாவத்திலே பொறுமைசாலி. வைத்தியநாத அய்யர் கொஞ்சம் கோபக்காரர்னு சொல்றாங்க. ஸ்ரீரங்கம், மினிஸ்டர் பொறந்த ஊரு. ஸ்ரீவில்லிபுத்தூர்லேயும் வைத்தியநாத அய்யர் போறப்ப பிரச்சினை. தடியடியெல்லாம் நடந்திருக்கு. சொல்ல விட்டுச்போச்சே. நாம மந்திரியோட ஒன்பதாம் தேதி போனோம். பத்தாம் தேதி ஸ்ரீரங்கம் முனிசிபாலிட்டி கூட்டத்திலே ஆலய நுழைவுச் சட்டத்தை ஆதரித்தும் சனாதனிகளின் ஆர்ப்பாட்டத்தைக் கண்டித்தும் தீர்மானம் போட்டிருக்கா. இன்னொரு விஷயம். ஆலய நுழைவுச் சட்டம் பதினோராம் தேதி கெஜட் பப்ளிகேஷன் ஆயிடுத்து. சர்க்கார் சட்ட நடவடிக்கை முடிஞ்சுடுத்து. சட்டப்படி ஆலய நுழைவைத் தடுக்கறவா மேலே நடவடிக்கை எடுக்கலாம். நடேச அய்யர் போட்ட கேஸ் பெண்டிங்கா இருக்கு. அவா கோர்ட் மேலே கோர்ட் போவா, கூட இருக்கறவாள திருப்திப்படுத்த. ஒண்ணும் அவாளுக்கு சாதகமா வரப்போறதில்லை. எல்லாக் கோயிலையும் திறந்துவிட்டாச்சு. ஒரு சீர்திருத்தம் முடிஞ்சிடுத்து" என்று சிரித்தாள்.

சங்கரலிங்க நாடார் அவளை வாஞ்சையோடு பார்த்துக் கொண்டிருந்தார். அம்பிகா காபிகொண்டுவரச் சொல்லியிருந்தாள். காபி வந்தது. இருவரும் காபி குடித்தார்கள்.

"உங்க சீட் எங்கேயிருக்கு"

"உள்ளே இருக்கு. இந்த அறையைத் தாண்டி விசிட்டர்ஸ் வரக்கூடாதுன்னு இருக்கு."

"சரி, நான் வர்றேன்."

"இருங்க... நான் உங்களுக்கு சீக்கிரத்துலே ஒருத்தரை அறிமுகப்படுத்தப் போறேன்."

"யார் அவர்"

"எட்வர்ட் ஜென்னர். அவரைப் பத்தி பிறகு சொல்றேன்" என்று அம்பிகா எழுந்தாள். சங்கலிங்கநாடார் விடைபெற்றுக்கொண்டார்.

'யார் இந்த எட்வர்ட் ஜென்னர்? ஒன்றும் புரியவில்லை' என்று நினைத்துக்கொண்டே கிளம்பினார் சங்கரலிங்க நாடார்.

❖ ❖ ❖

17

ஜெரால்டு நிக்கல்சனின் குறிப்புகள்

26 ஜனவரி 1942: *MADURAI SUBORDINATE JUDGE* நீதிமன்றத்தில், நடேச அய்யர் தரப்பில் தொடர்ந்த வழக்கு தள்ளுபடி செய்யப்பட்டது.

26 ஜூன் 1943: *MADURAI DISTRICT COURT*இல், நடேச அய்யர் தரப்பு தொடர்ந்த மேல்முறையிட்டு மனு தள்ளுபடி செய்யப்பட்டது.

15 டிசம்பர் 1944: *MADRAS HIGH COURT*இல், நடேச அய்யர் தொடர்ந்த மேல்முறையீட்டு மனு 7, 8 டிசம்பர் 1944*இல் ALFRED HENDRY LIONEL LEACH C.J.* மற்றும் *SAHAB–UD–DIN. J* ஆகியோரால் விசாரிக்கப்பட்டு தள்ளுபடி செய்யப்பட்டது. *JUDGEMENT DELIVERED BY LEACH C.J.*

27 மார்ச் 1946: *FEDERAL COURT*இல், நடேச அய்யர் தொடர்ந்த மறு மேல்முறையீட்டு வழக்கு *CIVIL APPEAL NO III OF 1945* என்ற எண்ணில் *SIR PATRICK SPENS. C.J., SIR SINIVASA VARADACHARIAR* மற்றும் *SIR MUHAMED ZAFRULLAKHAN. JJ* ஆகியோரால் விசாரிக்கப்பட்டு தள்ளுபடி செய்யப்பட்டது. *JUDGEMENT DELIVERED BY SPENS C.J.*

நடேச அய்யர் தரப்பில் நீதிமன்றத்தில் வைக்கப்பட்ட கோரிக்கைகள்:

1. கோயில் நிர்வாக அதிகாரி ஆர். எஸ். நாயுடு டிரஸ்டி என்ற முறையில் கோயிலை சுத்தப்படுத்தும் சடங்குகளை நடத்த வேண்டும்.

2. பிரதிவாதிகளான ஐந்து ஹரிஜனங்களையோ, ஒரு நாடாரையோ, தடை செய்யப்பட்ட பிரிவைச் சேர்ந்த பிறரையோ, பிற ஹரிஜனங்களையோ, ஆர்.எஸ். நாயுடு, வைத்தியநாத அய்யர், கோபால்சாமி ஆகியோர் கோயிலுக்குள் கூட்டிவர நிரந்தரத் தடை *(PERMANENT INJUNCTION)* விதிக்க வேண்டும்.

3. பிரதிவாதிகளான ஐந்து ஹரிஜனங்களும் ஒரு நாடாரும் கோயிலுக்குள் நுழைவதற்கு நிரந்தரத் தடை *(PERMANENT INJUNCTION)* விதிக்க வேண்டும்.

4. பிரதிவாதிகள் அனைவரும் சுத்தப்படுத்தும் சடங்குகளை *(PURIFICATION CEREMONIES)* நடத்துவதற்கு ரூ. *3100/–* நீதிமன்றத்தில் வைப்புத்தொகையாகச் செலுத்த வேண்டும்.

மதுரை மீனாட்சி அம்மன் கோயில் நிர்வாக அதிகாரி ஆர். எஸ். நாயுடு, பணிக்கு வராத பட்டர்களைப் பணியிலிருந்து நீக்கியதை *HINDU RELIGIOUS ENDOWMENT BOARD, MAY 1940* இல் உறுதி செய்தது. மீனாட்சி அம்மன் கோயிலில் சுத்திகரணச் சடங்குகள் நடத்தக்கூடாது; கோயில் நிர்வாக அதிகாரியின் சட்டப்படியான உத்தரவுக்குப் பணிந்து நடக்க வேண்டும் ஆகிய நிபந்தனைகளின் அடிப்படையில் பணிநீக்கம் செய்யப்பட்ட பட்டர்கள் மீண்டும் பணிநியமனம் செய்யப்பட்டார்கள். இதற்கான தீர்மானம் *HINDU RELIGIOUS ENDOWMENT BOARD*இல் ஆகஸ்டு *1945*இல் நிறைவேற்றப்பட்டது.

❖ ❖ ❖

18

அந்தப் பஞ்சாலை கேட் பெரியதாகவும் உள்ளே நடப்பதைப் பார்க்க முடியாததாகவும் இருந்தது. அம்பிகாவும் சங்கரலிங்க நாடாரும் உள்ளே சென்றார்கள். உள்ளே நிறைய கட்டடங்கள், ஏதேதோ இயந்திரங்கள். அந்த இயந்திரங்களின் இரைச்சல் பிரம்மாண்டமாக இருந்தது. சங்கரலிங்க நாடாருக்குப் பிரமிப்பாக இருந்தது. வாசலிலேயே ஊழியர் அவர்களை வரவேற்று அழைத்துச் சென்றார். ஒரு கட்டடத்தின் அருகே வந்ததும், அந்த ஊழியர் அவர்களை இருக்கச் சொல்லிவிட்டு, கதவைத் திறந்து உள்ளே சென்றார். உடனே திரும்ப வந்து அவர்களை அழைத்துச்சென்றார். அழகான அறை. நாற்காலிகளும் சோபாக்களும் நேர்த்தியாகப் போடப்பட்டிருந்தன. உள் அறையில் ஒரு வெள்ளைக்கார இளைஞன் அமர்ந்திருப்பது கண்ணாடி வழியாகத் தெரிந்தது. அந்த உள் அறையைத் திறந்து அம்பிகா நுழைந்தாள். தயங்கி நின்ற சங்கரலிங்க நாடாரை உள்ளே வரச் சொன்னாள். அவர் உள்ளே வந்தார். அந்த வெள்ளைக்கார இளைஞன் எழுந்து நின்று அவர்களை வரவேற்றான். இருவரிடமும் கை குலுக்கி அமரச் சொல்லி அவனும் அமர்ந்தான்.

“இவர் எட்வர்ட் ஜென்னர்” என்றாள் அம்பிகா.

அவன் சங்கரலிங்க நாடாரைப் பார்த்தான். “இவர் சங்கரலிங்க நாடார், பிஸினஸ்மேன்” என்றாள் அம்பிகா. அவன் அவரைப் பார்த்துப் புன்னகைத்தான்.

“நான் உங்களைப் பற்றி அவரிடம் சொல்லியிருக்கிறேன். ஸ்ரீரங்கம் கோயில் கலவரத்திலிருந்து என்னைக் காப்பாற்றியவர் என்று சொல்லியிருக்கிறேன்” என்றாள் அம்பிகா.

“நான் எங்கே காப்பாற்றினேன்? நான் உங்கள் கூட வந்தேன். பிறகு, கூட்டத்திலிருந்து உங்களைக்

சுவட்டிக்கொண்டு வெளியே வந்தேன். அவ்வளவுதான்” என்றார் சங்கரலிங்க நாடார்.

“இவர் இல்லை என்றால் நான் தைரியத்தை இழந்திருப்பேன்.”

“இங்கே வந்து உங்களைப் பார்க்கும் வரை யாரைப் பார்க்கப் போகிறோம் என்பதை அம்பிகா கூறவில்லை. இப்போது உங்களை அறிந்துகொண்டேன்” என்றார் சங்கரலிங்க நாடார்.

“நீங்கள் கள் வியாபாரம் பண்ணியதாகவும் தடை வந்துவிட்டதால் சிறு சிறு தொழில் அல்லது வியாபாரம் செய்துகொண்டிருப்பதாகவும் அம்பிகா கூறினாள்” என்றார் எட்வர்ட் ஜென்னர்.

“ஆமாம், நல்ல தொழிலுக்கான காலத்தை எதிர்பார்த்துக் கொண்டிருக்கிறேன்.”

“உங்களுக்கு பஞ்சு வியாபாரம் பற்றி எதுவும் தெரியுமா ...”

“தெரியாது. கற்றுக்கொள்ள முடியும்.”

“நீங்கள் வரும் ஒன்றாம் தேதி காலை பத்து மணிக்கு இங்கு வாருங்கள். நான் கேட் அருகே ஒரு ஊழியரை நிறுத்தி வைத்திருக்கிறேன். என்னைப் பாருங்கள். இங்குள்ள கெடுபிடிகளைப் பார்த்துத் தயங்க வேண்டாம். நான் ரங்கசாமி நாயுடு என்பவரை அறிமுகப்படுத்துகிறேன். அவர் உங்களுக்குச் சில விஷயங்கள் கூறுவார். உங்களுக்கு நல்ல அதிர்ஷ்டம் இருக்கும் என்று நினைக்கிறேன்.”

சங்கரலிங்க நாடார் அவனை நன்றாகப் பார்த்தார். நல்ல உயரம். உடல்வாகு வலிமையானதாக இருக்கிறது. வசீகரமான தேகக்கட்டு. கூர்மையான நாசி. மெல்லிய சிகப்பான உதடுகள். தலைமுடிக் கற்றை நெற்றியில் விழுந்திருந்தது. வசீகரமான இளைஞன். வெள்ளைக்கார இளைஞன்.

“நான் சற்று இங்கே இருந்துவிட்டு வருகிறேன்” என்றாள் அம்பிகா. மூக்குப்பொடி கலரில் சேலை உடுத்தியிருந்தாள்.

சங்கரலிங்க நாடார் நன்றி சொல்லிவிட்டு வெளியேறினார். அவர் மனம் உற்சாகமாக இருந்தது. மகிழ்ச்சி ஏற்பட்டது. ‘ஒரு நல்ல தொழிலுக்கான வாசல் திறந்து என்னை அழைக்கிறது. நான் அதில் நுழைந்து வெல்வேன். மேலே மேலே செல்வேன்’ என்று தன்னம்பிக்கையுடன் நினைத்துக்கொண்டார்.

பஞ்சாலையை விட்டு வெளியே வந்து நடந்தார். கைகளை வீசி வீசி நடந்தார். ‘டேய் சங்கரலிங்கம், பாத்தியாடா அதிர்ஷ்டத்தை. கஷ்டப்பட்டே. நல்லா இருந்தே. கள் விற்பனைக்குத் தடை

வந்துச்சு. இப்ப இன்னொரு வியாபாரம் வரப்போகுது' என்று தனக்குள் சொல்லிக்கொண்டார். போய் சரஸ்வதியிடம் சொல்ல வேண்டும் என்று நினைத்துக்கொண்டார். அவளுக்கு ஒன்றும் தெரியாது. சமையல் தெரியும். சமையல்கட்டைக் கழித்துவிட்டால் அவள் பூஜ்யம். சங்கரலிங்க நாடாருக்குத் தேவையான உணவு கொடுப்பது, அவருக்கு என்னென்ன உணவுகள் பிடிக்கும், அவற்றை எப்படிச் செய்தால் அவர் விரும்பிச் சாப்பிடுவார், அவர் வீட்டில் இருந்தால் காபி, டீ குடிக்கும் நேரத்தை அறிந்து வைத்து, அவருக்குக் கொடுப்பது, ராகவனைப் பள்ளிக்கு அனுப்புவதற்குத் தயார் செய்வது – இது போன்ற வேலைகளைத்தான் சரஸ்வதி செய்கிறாள். சங்கரலிங்க நாடாருடைய பண விவகாரம், வியாபார விவகாரம் பற்றியெல்லாம் அவளுக்குத் தெரியாது. இருந்தாலும் அவளிடம் சொல்ல வேண்டும் என்றும் அதில் ஒரு ராசி உண்டு என்றும் அவருக்குத் தோன்றியது.

அம்பிகாவைப் பற்றி யோசித்தார். 'அவளுக்கு எட்வர்ட் ஜென்னரை எப்படித் தெரியும். அவளுடைய நண்பராக இருக்கலாம். ஆங்கிலப் பத்திரிகையின் ரிப்போர்ட்டர் என்ற முறையில் அவளுக்குப் பலரிடம் நட்பு இருக்கும். எட்வர்ட் ஜென்னர் பார்க்க லட்சணமாக இருக்கிறான். அம்பிகாவும் லட்சணமாக இருக்கிறாள். நட்பு வேறு மாதிரி மாறிவிடுமோ அவள் ஆசாரமான பிராமண ஜாதியைச் சேர்ந்தவள். அவன் வெள்ளைக்காரன். பணம் இருக்கலாம். வசதி இருக்கலாம். அதிகாரம் இருக்கலாம். வேறு மதத்தைச் சேர்ந்தவன். இவர்களுக்குள் காதல் உருவாகிவிடுமா? அதை இருவரும் நிறைவேறாது என்று நினைத்துப் புதைத்துக்கொள்வார்களா? அல்லது வெளிப்படுத்தி பெரும் போராட்டத்தை வாழ்க்கையில் சந்திக்கப் போகிறார்களா? நான் ஏன் இப்படியெல்லாம் யோசிக்கிறேன்' என்றெல்லாம் அவர் மனம் நினைத்துக்கொண்டிருந்தது.

செல்லும் வழியில் இனிப்புகளை வாங்கிக்கொண்டார். வீட்டிற்குள் நுழையும்போதே, "சரஸ்வதி" என்று அழைத்துக் கொண்டே நுழைந்தார். இப்படி அவர் வீட்டிற்குள் நுழையும் போதே பெயரைச் சொல்லி அழைப்பது மிகவும் அபூர்வம் என்பதால் சரஸ்வதியும் ஓடி வந்தாள். ராகவனும் ஆச்சரியத்துடன் தந்தையைப் பார்த்தான்.

நாற்காலியில் உட்கார்ந்தார். தன்னை ஆசுவாசப்படுத்திக் கொண்டார். இனிப்புகளை சரஸ்வதியிடம் கொடுத்தார். அவள் அவரைப் பார்த்தாள். அவர் மகிழ்ச்சியாக இருப்பது தெரிந்தது. ராகவனும் உடன் இருந்தான். "சரஸ்வதி ஒரு மகிழ்ச்சியான செய்தி. எனக்கு இன்னொரு நல்ல தொழில் கிடைக்கப்போகுது. அம்பிகா இன்னைக்கு என்னைக் கூட்டிட்டுப்போயி ஒரு

வெள்ளைக்காரன்கிட்டே அறிமுகப்படுத்தி வைச்சது. அவர் பேரு எட்வர்ட் ஜென்னர். அவர் இருந்த இடம் எது தெரியுமா? ஜேம்ஸ் மில். வெள்ளைக்காரனுக்குச் சொந்தமானது. அதுலே பெரிய பொறுப்புலே இருக்காரு இந்த எட்வர்ட் ஜென்னர். ஆளு லட்சணம்னா அவ்வளவு லட்சணம். அழகு. கொஞ்சம் மாற்றம் பண்ணினா பரமேஸ்வரன்தான். மில்லை வெளியே இருந்து பாத்தா ஒண்ணும் தெரியாது. சுவரும் கேட்டும்தான் தெரியும். சுவரும் ரெண்டாள் மட்டத்துக்கு இருக்கும். கேட்டும் அப்படித்தான். எங்களை கேட் வாசல்லேயிருந்து ஒரு வேலையாள் கூட்டிட்டுப் போனான்னா பாத்துக்கோ அம்பிகாவோட செல்வாக்கை. ஆயிரம் பேரு வேலை பாப்பாங்கன்னு நினைக்கிறேன். ஷிப்ட் முறைலே வேலை பாக்கறாங்க. எண்ணிக்கை ஒருவேளை கூடுதலா இருக்கலாம். துணியும் நூலும் லண்டனுக்குப் போகுது. எங்கே பார்த்தாலும் கட்டடங்கள். யந்திரங்களோட இரைச்சல். லேபர் மேலே பஞ்சுத்தூசி டிரஸ் மேலேயெல்லாம் படிஞ்சிருக்கு. அம்மாம் பெரிய மில். அதுல இருக்கற மானேஜரா அல்லது அதுக்கும் மேலேயான்னு தெரியலை அந்த எட்வர்ட் ஜென்னர். அவரு சரிக்குச் சமமா உக்கார வைச்சு பேசுனாரு. வர்ற ஒண்ணாம் தேதி வரச் சொன்னாரு. நாயுடு ஒருத்தரை அறிமுகப்படுத்தறதா சொல்லியிருக்காரு. டேய் ராகவா, சரஸ்வதி... நமக்கு லக்கு அடிக்கப்போகுதுடா" என்று உற்சாகமாகப் பேசினார் சங்கரலிங்க நாடார்.

தன் கணவர் மகிழ்ச்சியாக இருப்பது சரஸ்வதிக்கும் மகிழ்ச்சியை ஏற்படுத்தியது.

ஒன்றாம் தேதி சங்கரலிங்க நாடார், மில்லிற்குச் சென்றார். கேட்டில் தகவல் சொல்லியதும் ஓர் ஊழியர் வந்து அவரை அழைத்துக்கொண்டு எட்வர்ட் ஜென்னர் அறைக்குச் சென்றார். அந்த ஊழியர் உள்ளே சென்று திரும்பி வந்து சங்கரலிங்க நாடாரை உள்ளே போகச் சொன்னார். சங்கரலிங்க நாடார் உள்ளே நுழைந்தார். எட்வர்ட் ஜென்னர் மேஜையிலிருந்த சில பேப்பர்களைப் பார்த்துக்கொண்டிருந்தார். நிமிர்ந்து பார்த்து அவரை நாற்காலியில் அமரச் சொன்னார். பெல்லை அடித்தார். ஓர் ஊழியர் வந்தார். நாயுடுவை வரச்சொல்லுமாறு அவரிடம் கூறினார். சிரித்த முகத்துடன் சங்கரலிங்க நாடாரை நலம் விசாரித்தார். சற்று நேரத்தில் நாமம் போட்ட ஒரு நபர் உள்ளே நுழைந்தார். "இவர்தான் ரங்கசாமி நாயுடு. இவர் உங்களிடம் பேசுவார். நல்லது நடக்கட்டும்" என்றார், சங்கரலிங்க நாடாரிடம். பிறகு, ரங்கசாமி நாயுடுவிடம், "இவர்தான் நான் ஏற்கனவே சொன்ன சங்கரலிங்க நாடார். அழைத்துக்கொண்டு செல்லுங்கள்" என்றார்.

ரங்கசாமி நாயுடுவைப் பார்த்து சங்கரலிங்க நாடார் புன்னகைத்தார். அவரும் புன்னகைத்தார். இருவரும் எட்வர்ட் ஜென்னரிடம் விடைபெற்றுக்கொண்டு வெளியே வந்தார்கள். நாயுடு, அவர் அறைக்குச் சங்கரலிங்க நாடாரை அழைத்துச் சென்றார். அறையில் நாற்காலியில் அமர்ந்ததும் நாயுடு தன்னை ஆசுவாசப்படுத்திக்கொண்டார். "ஜி.எம்.சொன்னாரு உங்களைப் பத்தி. உங்களுக்கு பஞ்சு வியாபாரம் பத்தி தெரியுமா..." என்று கேட்டார்.

"தெரியாது. எல்லாத் தொழிலும் உள்ளே இறங்குனா தெரிஞ்சுரும். எனக்கு நம்பிக்கை இருக்கு."

"ஜி.எம்.மகா கெட்டிக்காரரு. நிர்வாகப்புலி. பெரியம்மை தெரியும்ல பெரியம்மை. அந்தக் காலத்துலே ஏகப்பட்ட ஜனங்கள கொன்னு போட்டுச்சு. ஜனங்க தவிச்சாங்க. அப்ப எட்வர்ட் ஜென்னர்னு ஒருத்தர் பெரியம்மைக்கான தடுப்பூசியைக் கண்டுபிடிச்சார். அதுக்கப்புறம் ஜனங்க அந்த நோயிலிருந்து தப்பிச்சுச்சு.இந்தா பாருங்க, ஊசி போட்ட தளும்பை...(சட்டையின் கைப்பகுதியை ஒதுக்கித் தளும்பைக் காட்டுகிறார்) பாருங்க, உங்களுக்கும் இருக்கும். பிரிட்டிஷ்காரன்தான் கண்டுபிடிச்சான். மூளைக்காரனுக. அந்த எட்வர்ட் ஜென்னர் பெயரை இவருக்கு வைச்சிருக்காங்க. பாத்த உடனேயே ஒரு தப்பைச் சொல்லுவாரு. நாமதான் தலையைச் சொறியணும். அவரு உங்களை என்கிட்டே ஒப்படைச்சுருக்காரு... சரி, நான் சுருக்கமாகச் சொல்றேன். விவசாயி நிலத்துலே பருத்தி போடறான். விளைச்சல் வருது. அதைப்போயி வியாபாரி வாங்குறான். பருத்தியிலே பல வகை இருக்கு. போகப்போக பார்த்த உடனே தெரிஞ்சுக்கலாம். என்ன சொன்னேன், வியாபாரி வாங்குறான். வாங்கி என்ன செய்யறான். ஜின்னிங் பேக்டரிக்குக் கொண்டு போறான். என்ன பேக்டரி, ஜின்னிங் பேக்டரி. அங்கே அவன் பஞ்சைத் தனியாகவும் விதையைத் தனியாகவும் பிரிக்கிறான். பிரிச்சு வியாபாரி கிட்டே கொடுத்துர்றான். வியாபாரி அந்தப் பஞ்சை வாங்கி ஸ்டாக் வைக்கிறான். குடவுன் வைச்சு அதிலே ஸ்டாக் வைக்கிறான். அந்த வியாபாரி மில்லுக்கு அதை விக்கிறான். லாபம் வைச்சு விக்கிறான். சமயங்கள்ளே டிமாண்டை உருவாக்குறான். மில்லு அதை வாங்கி, இங்க பாத்திங்கள்ல பிரம்மாண்டமான மெஷின்கள், அது மூலமா நூலை உருவாக்குறோம். துணி உருவாக்குறோம். பல வகையான துணி. அதை ஏற்றுமதி பண்றோம். லோக்கல்லேயும் கொஞ்சம் கொடுக்கறோம். எனக்கு அஸிஸ்டெண்ட் மேனஜர்னு பேரு. வேறு சில அஸிஸ்டென்ட் மேனஜர்களும் இருக்காங்க... வேறே வேறே டிபார்ட்மெண்ட். நான் ஜி.எம்.முக்கு வலது கை. என்ன கை, வலது கை. நீங்க பஞ்சு வியாபாரியா மாறுறீங்க. உங்கட்டே மில்லு

கொள்முதல் பண்ணுது. பாருங்க நீங்க மேல் மட்டத்துலேருந்து கீழே போறீங்க. விவசாயிகளைத் தெரியணும். பருத்தியைத் தரம் பாக்கத் தெரியணும். ஜின்னிங் பேக்டரியைத் தெரியணும். குடவுன் வாடகைக்குப் புடிக்கணும். அல்லது சொந்தமா வாங்கணும். ஸ்டாக் வைக்கணும். மில்லுலே விக்கணும். இவ்வளவு வேலை இருக்கு. என்ன செய்யலாம், தொழில்லே இறங்குறீங்களா ...”

“இறங்குறேன். எனக்கு நம்பிக்கை இருக்கு. என்னாலே முடியும். எனக்குக் கொஞ்ச கால அவகாசம் வேணும். விவசாயிகளைப் பாக்கணும். பருத்தியைப் பாக்கணும். இப்போதைக்கு குடவுன் புடிக்கணும். அல்லது கட்டணும். ஜின்னிங் பேக்டரி அறிமுகம் வேணும். எல்லாம் நல்லபடியா நடக்கும். உங்க உதவி, வழிகாட்டுதல் எல்லாம் வேணும். எனக்கு உதவிக்கு யாராவது நல்ல ஆள், இந்தத் தொழிலுக்கு அறிமுகமான ஆள், வேலைக்குக் கிடைக்குமா”

“விஸ்வநாத பிள்ளைன்னு ஒரு வியாபாரி எங்களுக்கு பஞ்சு கொடுத்து வியாபாரம் பண்ணுனாரு. அவரு இறந்துபோய் கொஞ்சகாலம் ஆகுது. எடுத்துச் செய்ய ஆள் இல்லை. சமைஞ்ச பொம்பளைப் புள்ளைகதான் இருக்கு. அவரிட்டே ஒருத்தன் வேலைக்கு இருந்தான். சுப்பா ரெட்டியார்னு பேரு. கை சுத்தம். பிராடு கிடையாது. அவனை வந்து உங்களைப் பாக்கச் சொல்றேன். உங்க அட்ரஸ் கொடுங்க. சுப்பா ரெட்டியாருக்குத் தொழில் தெரிஞ்சாலும் முதலாளிக்கு மேலே போகமாட்டான். அவன்ட்டே முதலீடு இல்லை. இப்பத்தான் அவுங்க குடும்பத்துலே இருந்து இவன் எந்திருச்சு வந்துருக்கான். பொறுமையா இருப்பான்.”

சங்கரலிங்க நாடார் முகவரி எழுதிக் கொடுத்தார். சங்கரலிங்க நாடார் எழுந்தபோது நாயுடு கூறினார், “ஜி.எம்.மை பாக்கற வேலை கூடாது. அவர் கூப்பிட்டா போய் பாருங்க. எதுனாலும் எங்கிட்டே பேசிக்குங்க. ஜி.எம். எப்பவாவது கூப்பிட்டுக் கேட்டா உண்மையைச் சொல்லுங்க. எதையும் மறைக்காதீங்க.”

சங்கரலிங்க நாடார் தலையாட்டிவிட்டு வெளியே வந்தார். ‘நாயுடு பெரிய கடோத்கஜனா இருப்பார் போல இருக்கு’ என்று அவருக்குத் தோன்றியது. முதலீடு பற்றி யோசித்தார். கையிருப்பில் உள்ள பணம் எவ்வளவு என்று மனக்கணக்கில் பார்த்தார். நிலங்கள் இருக்கின்றன. விற்கலாம். அவசரத்துக்குச் சற்றுக் குறைந்த விலையில் விற்கலாம். பிறகு, சம்பாதித்து வாங்கிக்கொள்ளலாம். நகைகள் இருக்கின்றன. தேவைப்பட்டால் பணமாக்கிக்கொள்ளலாம். முதலீடு பற்றி ரெட்டியார் வந்த பிறகு பேசி முடிவு செய்துகொள்ளலாம் என்றெல்லாம் யோசித்தார்.

யோசித்தபடியே வீட்டிற்குள் நுழைந்தார். சேலையில் ஈரக்கையைத்துடைத்துக்கொண்டே சரஸ்வதி அடுக்களையிலிருந்து

வெளியே வந்தாள். அவர் சிந்தனைவயப்பட்டிருப்பதைப் பார்த்து, "என்ன விஷயம்" என்றாள்.

"எட்வர்ட் ஜென்னரைப் பாத்துட்டேன். அவர் ஜி.எம்.மா இருக்காரு. மேற்கொண்டு பார்ட்னராகக்கூட இருக்கலாம். அவர் ரங்கசாமி நாயுடுவை அறிமுகப்படுத்துனாரு. அவர் எல்லா விபரமும் சொன்னாரு. உனக்கு சரியா புரியாது. பஞ்சு வியாபாரம்னு வைச்சுக்கே. விவசாயிகள்ட்ட பருத்தியை வாங்கி, பஞ்சைப் பிரிச்சு, ஜேம்ஸ் மில்லுக்குக் கொடுத்து வியாபாரம் பண்றது. மில்லுலே எங்கிட்டே பஞ்சு வாங்குறதா உத்தரவாதம் கொடுத்திருக்காங்க. இப்ப தேவை, பண முதலீடு. விவசாயிகள் கிட்டே பணம் கொடுத்து வாங்கணும், ஜின்னிங் பேக்டரியிலே பணம் கொடுத்து பஞ்சைப் பிரிக்கணும், ஸ்டாக் வைக்கணும், குடவுன் வேணும். அப்புறம் இந்தத் தொழிலுக்கு உதவியா ஒரு ரெட்டியாரை, நாயுடு வைச்சுக்க சொல்லியிருக்காரு. கையிலே இருக்கற பணம் போதாது. நிலங்களை விக்கப் போறேன். உன் நகைகளையும் தேவைப்பட்டால் விக்க வேண்டியிருக்கும். எல்லாம் அம்பிகா நமக்குக் காண்பிச்ச வழி. அது எதுக்கு நம்மளுக்கு உதவி பண்ணனும். ஏதோ நம்ம மேலே அபிமானம். அந்த எட்வர்ட் ஜென்னருக்கும் அம்பிகாவுக்கும் என்ன விதமான நட்புன்னு தெரியலை. சரி... அதைப் பத்தி நாம எதுக்கு யோசிக்கணும். புத்திசாலிப்புள்ள." என்றார் சங்கரலிங்க நாடார்.

"நீங்க பணத்தைப் பத்தி யோசிக்காதீங்க. நிலங்கள் என் பெயருக்கு இருக்குன்னா யோசிக்கிறீங்க. வித்துருங்க. நகைகளை முழுக்க எடுத்துக்குங்க. நாம மேலே வரனும். அதுதான் முக்கியம்."

சங்கரலிங்க நாடார் நாற்காலியிலிருந்து எழுந்து ஈஸிசேரில் சாய்ந்தார். அவருக்குச் சுருட்டுப் புகைக்க வேண்டும் போல் இருந்தது. கள்ளுக்கடையை மூடியதிலிருந்து சுருட்டுப் புகைப்பதை நிறுத்திவிட்டார். தற்போது சிந்தனைவயப்பட்டிருக்கும் வேளையில் அந்த எண்ணம் தோன்றியது. மனதை உறுதிப்படுத்திக்கொண்டார். சுருட்டு வாசனையுடன் அம்பிகாவைச் சந்திக்கும் காட்சியை நினைக்கும்போதே அவருக்கு அருவருப்பாக இருந்தது.

❖ ❖ ❖

19

சங்கரலிங்க நாடார், சக்ரா பத்திரிகை அலுவலகத்தில் நுழைந்து, அம்பிகாவைப் பார்க்க வேண்டும் என்று கூறினார். உள்ளே சென்று வந்த ஊழியர் வரவேற்பறையில் காத்திருக்குமாறு கூறினார். அம்பிகா வந்தாள். கருப்பும் வெள்ளையும் கலந்த நிறத்தில் சேலை உடுத்தியிருந்தாள்.

"எனக்கு நீங்க பெரிய உதவி பண்ணியிருக்கிங்க. எட்வர்ட் ஜென்னர் சொன்னபடி நான் போனேன். நல்ல மரியாதை கொடுத்தார். ரங்கசாமி நாயுடுவை அறிமுகம் பண்ணினார். அந்த நாயுடு என்னை அவர் அறைக்குக் கூட்டிட்டுப் போயி பஞ்சு வியாபாரத் தொழிலைப் பத்தி சொன்னாரு. நான் துணிச்சலா இந்தத் தொழில்லே இறங்கலாம்னு இருக்கேன். என் வூட்டுக்காரம்மா கிட்டேயும் பேசிட்டேன். மூலதனத்துக்கான வழியையும் யோசிச்சு வைச்சுருக்கேன். சுப்பா ரெட்டியார்னு ஒருத்தரை உதவிக்கு வைச்சுக்க நாயுடு சொல்லியிருக்காரு. பஞ்சை வாங்குறதுக்கு மில் இருக்கறதுனாலே வியாபாரத்தை நல்லா பண்ண முடியும்னு நினைக்கிறேன்" என்றார் சங்கரலிங்க நாடார்.

அவர் சொல்வதையெல்லாம், புன்னகையோடு அம்பிகா கேட்டுக்கொண்டிருந்தாள். எட்வர்ட் ஜென்னருக்கும் அம்பிகாவிற்கும் இருக்கும் பழக்கத்தைப் பற்றி விசாரிக்கலாம் என்று அவருக்குத் தோன்றியது. பிறகு, அது அவளுடைய தனிப்பட்ட விஷயம், கேட்பது நாகரீகமில்லை என்றும் தோன்றியது.

அம்பிகா சிரித்தவாறே கூறினாள். "நீங்க ரொம்ப டென்சனிலே இருக்கற மாதிரி எனக்குத் தெரியறது. தியாகராஜ பாகவதரோட 'திருநீலகண்டர்' படம்

ரிலீஸாயிருக்கு. நான் பாத்துட்டேன். நீங்க போயி பாத்துட்டு வாங்க. பாட்டுகள் எல்லாம் பிரமாதம் என்னவொரு குரல் பாகவதருக்கு. என்னவொரு நளினம். பிர்க்கா. பாருங்க. மனசுலே இருக்கற டென்சன் போயிரும்."

"நான் பாக்கறேன். நான் அவர் ரசிகர்தான். பார்த்துவிடுகிறேன்"

"'ஒருநாள் ஒரு பொழுதாகிலும் சிவன் நாமம் உச்சரிக்க வேணும்' அப்படினு ஒரு பாட்டை பாகவதர் பாடுறார் பாருங்க. அருமை"

மணியைப் பார்த்தார். "இன்று ஈவினிங் ஷோ பார்த்துவிடுகிறேன். நாளைக்கு அந்த சுப்பா ரெட்டியாரை வரச்சொல்லியிருக்கேன். முதலீடு பத்தி ஒரு முடிவுக்கு வரணும். பருத்தி விவசாயிகளைப் பாக்கனும். ஏற்கனவே இருக்கும் வியாபாரிகளின் போட்டியை எப்படிச் சமாளிக்கிறதுன்னு பாக்கணும். ஜின்னிங் பேக்டரி ஆட்களோட அறிமுகம் ஆகணும். குடவுன் பாக்கணும்..." என்று பேசிக்கொண்டே போனார்.

பொறுமையாகக் கேட்டுக்கொண்டிருந்தாள் அம்பிகா. "உங்க நினைப்பு பூரா இப்ப வியாபாரத்தைப் பத்தியே இருக்கு. அப்படித்தான் இருக்கணும். நீங்க பெரிய தொழிலதிபரா வருவீங்க."

சங்கரலிங்க நாடார் சிரித்துக்கொண்டே, "ஆமா, அதே நினைப்பாத்தான் இருக்கேன்" என்று எழுந்து விடைபெற்றுக் கொண்டார்.

நேரே சினிமா தியேட்டருக்குச் சென்றார். 'திருநீலகண்டர்' படம் பார்த்தார். 'ஒருநாள் ஒரு பொழுதாகிலும்' என்று முணுமுணுத்துக்கொண்டே வீட்டிற்குச் சென்றார்.

அடுத்த நாள் காலை சுப்பா ரெட்டியார் சங்கரலிங்க நாடாரின் வீட்டுக்கு வந்தார். இருவரும் முதலீட்டுத் தொகை பற்றிப் பேசினார்கள். அடுத்த நாளே இருவரும் சென்று பருத்தி விவசாயிகளைப் பார்த்துப் பேசினார்கள். பருத்தித் தோட்டத்தையும் பார்த்தார்கள். அதற்கடுத்த நாள் ஜின்னிங் பேக்டரிகளைப் பார்த்தார்கள். குடவுன் கிடைப்பது சிரமம் என்பதால் இடம் வாங்கி, அதில் கட்டிவிடலாம் என்று முதலில் சங்கரலிங்க நாடார் நினைத்தார். ஆனால், விஸ்வநாத பிள்ளையின் குடவுன் விலைக்கு வருவதாக சுப்பா ரெட்டியார் கூறினார். அவர் விஸ்வநாத பிள்ளையிடம் வேலை பார்த்ததால் விலை பேசி முடிப்பது சுலபமாக இருந்தது. இடைப்பட்ட காலத்தில் சொந்த நிலங்களை விற்பதற்கும் உரிய ஏற்பாடுகள் செய்தார்.

துரிதமாக வேலைகள் நடந்தன. சொந்த நிலங்களை விற்றார். விஸ்வநாத பிள்ளை வைத்திருந்த குடவுனைக் கிரையம் பெற்றார். பருத்தி வியாபாரிகளுக்கு அட்வான்ஸ் கொடுத்தார். அலுவலகம் உருவாக்கினார்.

அன்று தியாகராஜ பாகவதரின் ‘திருநீலகண்டர்’ படத்தைப் பார்த்து, மனப்போக்கை மாற்றிக்கொள்ளுமாறு அவள் சொன்னதை நினைத்துச் சிரித்துக்கொண்டார்.

❖ ❖ ❖

20

1939 செப்டம்பர் 1ஆம் தேதியே இரண்டாம் உலகப் போர் துவங்கிவிட்டது. இரண்டாம் உலகப் போரின் தாக்கம் இந்தியாவில் பெரியதாகத் தெரியவில்லை. பிரிட்டன் இந்தியர்களைக் கலந்து ஆலோசிக்காமல் போரில் பிரிட்டிஷ் இந்தியாவை ஈடுபடுத்தியதை காங்கிரஸ் கட்சி ஏற்கவில்லை. பூரண சுதந்திரம் வேண்டும் என்று கேட்டது. மாகாணங்களில் ஆட்சியில் இருந்த காங்கிரஸ் அரசாங்கங்கள் ராஜினாமா செய்யவேண்டும் என்று காங்கிரஸ் கட்சி முடிவெடுத்தது. 1939 ஆம் ஆண்டு அக்டோபர் மாதம் மெட்ராஸ் மாகாணத்தில் ஆட்சியில் இருந்த ராஜாஜி அரசு ராஜினாமா செய்துவிட்டது. கவர்னர் ஆட்சி அமலுக்கு வந்துவிட்டது.

ராஜாஜியைப் பற்றி ஒரு இணைப்பு கொண்டுவர வேண்டும் என்று சக்ரா பத்திரிகை முடிவெடுத்தது. மெட்ராஸ் மாகாணத்தில் ராஜாஜி ஆட்சிக்காலம் பற்றி மதிப்பீட்டுக் கட்டுரை தயார் செய்யும் பொறுப்பு அம்பிகாவிற்கு வழங்கப்பட்டது. அவள் யோசித்துப் பார்த்ததில் சில முக்கியமான விஷயங்கள் தோன்றின. முதலில் தோன்றியது ராஜாஜியின் மொழி சம்பந்தப்பட்ட செயல்பாடு. ஏப்ரல் 1938இல் பள்ளிகளில் இந்தியைக் கட்டாயம் படிக்க வேண்டும் என்று அரசாணை கொண்டுவந்தது நிறைய எதிர்ப்பை உருவாக்கியது. சுயமரியாதை இயக்கமும் ஜஸ்டிஸ் கட்சியும் இணைந்து இந்தி திணிப்பை எதிர்த்தார்கள். டிசம்பர் 1938இல் ஈ.வெ.ரா. கைது செய்யப்பட்டு, மே 1939இல் விடுவிக்கப்பட்டார். சிறையில் ஜனவரி 1939 இல் நடராஜன் என்பவரும் மார்ச் 1939இல் தாளமுத்து என்பவரும் இறந்துவிட்டார்கள். போராட்டங்கள் தீவிரமடைந்து கைதுகள் அதிகமாகியும் அரசு ராஜினாமா செய்யும் வரை இந்தி கட்டாயம் என்ற அரசாணையைத் திரும்பப் பெறவில்லை. இறுதியில் கவர்னர் ஆட்சியில் கவர்னர் எர்ஸ்கின் பிப்ரவரி

1940இல் இந்தி கட்டாயம் என்ற அரசாணையைத் திரும்பப் பெற்றார் – இதற்கு முக்கியத்துவம் தரவேண்டும் என்று அம்பிகா நினைத்தாள்.

மதுவிலக்குச் சட்டம் கொண்டுவந்து மதுவிலக்கை அமல்படுத்தியது; மதுவிலக்கு அமலினால் அரசாங்கத்திற்கு ஏற்பட்ட நிதி இழப்பை ஈடு செய்ய விற்பனை வரியை அறிமுகப்படுத்தியது; ஆலய நுழைவுச் சட்டம் கொண்டுவந்தது ஆகியவையும் முக்கியமாக விவாதிக்கப்பட வேண்டும். வேறு எதுவும் முக்கியமான விஷயம் விடுபட்டுவிட்டதா எனச் சிந்திக்க வேண்டும் என்று நினைத்துக்கொண்டாள்.

அந்த நேரத்தில் ஊழியர் வந்து சங்கரலிங்க நாடார் பார்க்க வந்திருப்பதாகத் தெரிவித்தார். வரவேற்பறையில் காத்திருக்குமாறு கூறுங்கள் என்று சொல்லிவிட்டு, மேஜையில் இருந்த குறிப்புகளை அடுக்கி வைத்துவிட்டு, உள்ளறைக்குச் சென்று முகம் கழுவித் துடைத்துவிட்டு வரவேற்பறைக்குச் சென்றாள். சங்கரலிங்க நாடார் உட்கார்ந்திருந்தார்.

அம்பிகாவைப் பார்த்ததும், “களைப்பா தெரியறீங்களே?” என்றார். அம்பிகா சந்தனக் கலரில் சேலை உடுத்தியிருந்தாள்.

“ஆமாம், ராஜாஜி ஆட்சி பற்றி ஒரு மதிப்பீட்டுக் கட்டுரை எழுதவேண்டியிருக்கு. உங்கத் தொழில் எப்படியிருக்கு?”

“வியாபாரம் நல்லா நடக்குது. பஞ்சை குடவுன்ல வைச்சிருக்கேன். மில்லு சப்போர்ட் இருக்கறதனாலே என்கிட்டே நிறைய அளவுலே பஞ்சு வாங்குறாங்க. விவசாயிகளும் என்கிட்டை பருத்தியை விக்குறதிலே ஆர்வம் காட்றாங்க. தரம் பிரிக்கிறதைத் தெரிஞ்சுக்கிட்டேன். ஆபிஸ் போட்டாச்சு. போன் கனெக்சன் வாங்கியாச்சு. வீட்டுக்கும் போன் வந்துருச்சு. கார் வாங்கப்போறேன்” என்றார் சங்கரலிங்க நாடார். “ரெட்டியாரோட யோசனை எனக்கு ரொம்ப உதவியா இருக்கு. ஏழைப்பட்ட குடும்பம். அதனாலே நல்ல சம்பளம் கொடுக்கிறேன். நீங்கதான் எனக்கு குரு வழிகாட்டி. உங்களுக்குக் கடமைப்பட்டிருக்கேன்.”

“நானா குரு... சரி... குருவுக்கு ஒரு சிக்கல் இருக்கே...”

சங்கரலிங்க நாடார் என்னதென்று தெரியாமல் மௌனமாக இருந்தார்.

“என்னன்னு கேளுங்க.”

“என்ன? ஆபீஸ்லேயா, வாழ்க்கையிலா ...”

“வாழ்க்கையில்தான். உங்கள்ட்டே சொல்றது நல்லதுதான். இங்கே ஆபிஸ்லே பேச வேண்டாம். உங்க வீட்லையும்

வேண்டாம். வேற எந்த இடம்... சரி... மீனாட்சி அம்மன் கோயில் பொற்றாமரைக்குளம் வடக்குப் பிரகாரத்துக்கு வர்ற ஞாயிற்றுக்கிழமை காலை பத்து மணிக்கு நான் வந்திர்றேன். நீங்கள் வந்திருங்க... இப்ப எதுவும் கேக்காதீங்கோ."

"வந்துர்றேன்." என்று குழப்பத்தோடு கூறினார் சங்கரலிங்க நாடார்.

"எனக்கு எழுதற வேலை இருக்கு. மெட்டீரியல்ஸ் சேகரிச்சு வைச்சுருக்கேன். பாத்து எல்லாத்தையும் ஒழுங்கு பண்ணி எழுதனும்."

"சரி... நாம சந்திப்போம்" எழுந்து வெளியே வந்தார். 'அவளுக்கு வாழ்க்கையில் என்ன பிரச்சினை இருக்கும்... நான் என்ன செய்ய முடியும். அவுங்க பிராமணாள். என்னாலே என்ன செய்ய முடியும்' என்று யோசித்துக்கொண்டே நடந்தார்.

❖ ❖ ❖

21

சங்கரலிங்க நாடார் முதலிலேயே வந்து பொற்றாமரைக்குளத்தின் வடக்குப் பிரகாரத்தில் உட்கார்ந்திருந்தார். பொற்றாமரைக்குளத்தில் சூரியக் கதிர்கள் படுவதைப் பார்த்துக்கொண்டிருந்தார். 'இந்தக் கோயிலுக்குள்ளே நுழைந்தால் தீட்டு என்ற நிலை இருந்தது. இப்போது நுழைந்து இந்தப் பொற்றாமரைக்குளத்தின் பிரகாரத்தில் உட்கார்ந்திருக்கிறேன். கள்ளுக்கடை நடத்தினேன். பிறகு, சட்டம் வந்து கள்ளுக்கடையை மூடினேன். சிறு சிறு தொழில் நடத்தினேன். கொஞ்சம் பணம், சொத்து இருந்தன. அம்பிகாவின் அறிமுகம் கிடைத்தது என் அதிர்ஷ்டம். அவள் எட்வர்ட் ஜென்னரிடம் அறிமுகப்படுத்தினாள். அவர் உதவியால் சூழ்நிலை கூடி வந்தது. இப்போது பெரிய தொழிலில் இறங்கியிருக்கிறேன். ஜெயித்து விடுவேன். இதற்கெல்லாம் காரணமாக இருந்த அம்பிகா சொந்த வாழ்க்கையில் சிக்கல் என்று சொல்லியிருக்கிறாள். என்ன சிக்கல் அவளுக்கு இருக்கமுடியும். இந்த வயதில் காதல் போன்ற சிக்கலில் மாட்டிக்கொண்டிருக்கிறாளா? நான் ஏற்கெனவே கற்பனை செய்தபடி எட்வர்ட் ஜென்னருக்கும் அவளுக்கும் காதல் உருவாகியிருக்குமா? அல்லது எனக்குத் தெரியாத வேறு ஜாதிக்காரப் பையனிடம் காதல் ஏற்பட்டுச் சிக்கல் உருவாகியிருக்குமா? அல்லது வேறு என்ன சிக்கல் இருக்க முடியும்? அல்லது அவளுடைய குடும்பத்திற்குப் பணச்சிக்கல் ஏற்பட்டிருக்குமா? அல்லது அவர்களின் குடும்பம் சம்பந்தப்பட்ட சொத்துச்சிக்கல் ஏதும் இருக்குமோ?' என்றெல்லாம் சங்கரலிங்க நாடார் யோசித்துக்கொண்டிருந்தார்.

அம்பிகா வந்துகொண்டிருந்தாள். சங்கரலிங்க நாடாரைப் பார்த்து, "வந்து நேரமாச்சா" என்று கேட்டுக்கொண்டே அவர் அருகில் அமர்ந்தாள்.

"இந்தப் பகுதி ரொம்ப அழகானது. குளத்தில் ஜலம் இருக்கிறது. சமயங்களில் வற்றிவிடும். கோயிலுக்கு நடுவில் குளம் இருப்பது விசேஷமானது." என்றாள் அம்பிகா.

நேரம் கடந்துகொண்டேயிருந்தது. ராஜாஜி ஆட்சி பற்றி அவள் எழுதவிருக்கும் கட்டுரை தொடர்பாகப் பேசினாள். உலகப்போர் பற்றி பேசினாள். ஹிட்லரின் முன்னேற்றம் சரியும் காலம் வரும்; பிரிட்டன் தோல்வியடையாது என்றாள். வேறு பல அரசியல், சமூக விஷயங்கள் பற்றிப் பேசினாள்.

சங்கரலிங்கம் பொறுத்துப் பொறுத்துப் பார்த்தார். அவள் என்ன சிக்கல் என்று கூறவே இல்லை. அவளுக்குத் தயக்கம் இருப்பது தெரிந்தது. என்னதென்று கூறாமலேயே 'பிறகு கூறுகிறேன்' என்று அவள் சொல்லிவிடுவாளோ என்றுகூட சங்கரலிங்க நாடாருக்குத் தோன்றியது.

சற்று நேரம் மௌனம் நிலவியது. அம்பிகா பேசினாள். "நீங்கள் எட்வர்ட் ஜென்னர் பற்றி என்ன நினைக்கிறீர்கள்?"

"நான் ஒரு தடவைதான் அவரைப் பார்த்திருக்கிறேன். பார்க்க லட்சணமாக இருந்தார். இளைஞர். நல்ல பொறுப்பில் இருப்பவர்."

"அவருக்கு என் மீது விருப்பம் இருக்கிறது. எனக்கும் விருப்பம் என்றால் திருமணம் செய்துகொள்வதாகக் கூறினார். இது நடந்து கொஞ்ச காலம் ஆகிவிட்டது. நான் பலவாறாக யோசித்து எனக்கும் விருப்பம் உள்ளதாகத் தெரிவித்துவிட்டேன். உங்களுக்குத் தெரியும், நாங்க பிராமணாள். அவர் பிரிட்டிஷ்காரர். கிறிஸ்தவ மதத்தைச் சேர்ந்தவர். எங்க அம்மா ஆசாரமானவ. அப்பா தியாசபிக்கல் சொஸைட்டியிலே வேலை பாத்தாலும் அவரும் ஆசாரமானவர்தான். ரெண்டு பேரும் ஒத்துக்கமாட்டா. இப்ப எனக்கு என்ன செய்யறதுன்னே தெரியலை. வீட்லே எப்படியும் சொல்லித்தான் ஆகணும். அதுக்கப்பறம் நடக்கறது எதுவுமே நாகரிகமா இருக்காது. என்னை வேலையை விட்டு நிறுத்துவா. வீட்டை விட்டு வெளியேறக் கூடாதும்பா. மீறிப் போயி எட்வர்ட் ஜென்னரோட சப்போர்ட்லே வெளியேறி குடும்பத்துக்கு எதிரா திருமணம் பண்ணிண்டா என்னைத் தலை முழுகிருவா. காரியம் பண்ணியிருவா... இந்தச் சூழ்நிலையிலே நான் இருக்கறேன். அவாளுக்குப் பொண்ணோட விருப்பத்தைக் காட்டிலும் ஆசாரக் கௌரவம்தான் முக்கியம்."

சங்கரலிங்க நாடார் சிறிது நேரம் மௌனமாக இருந்தார். "எப்படியிருந்தாலும் நீங்க சொல்லித்தானே ஆகணும். ஆனா உங்க குடும்பத்துலே ஒத்துக்கமாட்டாங்க. எட்வர்ட் ஜென்னரை

அவுங்கனாலே ஒண்ணும் பண்ண முடியாது. அவர் பெரிய அந்தஸ்துலே இருக்கார். நீங்க காங்கிரஸ்காரங்க துணையோட இந்தக் கல்யாணத்தை நடத்த முடியுமா? அப்ப உங்க குடும்பத்துலே ஒத்துக்குவாங்களா? காந்தி பிராமணரல்லாதவர். ராஜாஜி பிராமணாள். காந்தியின் பையனுக்கும் ராஜாஜியின் பெண்ணுக்கும் கல்யாணம் நடந்துச்சே அது மாதிரி பெரிய காங்கிரஸ்காரர் யாரையாவது வைச்சு சம்மதம் வாங்க முடியுமா"

"அவா ரெண்டு பேரும் வெவ்வேறு ஜாதின்னாலும் ரெண்டு பேரும் இந்துக்கள். அவா ரெண்டு பேரோட தகப்பனார்களை உலகமும் இந்தியாவும் அறியும். அவங்க என்ன செய்தாலும் அதுலே கேள்வி வராது. அந்த மாதிரி பெரிய நட்சத்திர அரசியல்வாதி – அதுவும் பிராமணாளா இருக்கணும் – எனக்கு யார் வருவா? வந்தாலும் ஒண்ணும் சாதகமா நடக்காது."

"அப்ப என்ன செய்யப்போறீங்க"

"சீக்கிரத்துலே அம்மாகிட்டே சொல்லப்போறேன். அவ அப்பாக்கு தகவல் சொல்லி அவர் வந்து மகள்னுகூட பாக்காம மட்டமா பேசுவார். நான் கேட்டுண்டு ஒக்காந்துருக்கணும். அப்புறம் எட்வர்ட் ஜென்னர் உதவியோட வெளியேறி அவரைத் திருமணம் பண்ணிக்கணும். இதான் நடக்கப்போறது. உங்கள்ட்டே நான் சொல்லி வைக்கறேன். திருமண விஷயத்துலே நீங்க உங்களாலே முடிஞ்ச உதவி செய்யுங்கோ..."

"என்ன இப்படிச் சொல்றீங்க. உதவி செய்யத்தானே நான் இருக்கறேன். பிராமண ஜாதி ஆட்கள் கோர்ட், கேசுன்னுதான் போவாங்க. அடிதடி அவுங்களுக்கு வராது. அதனாலே எனக்கு வேலையில்லை. நான் ஏதோ ஆர்வக்கோளாறுலே உளர்றேன். நான் சப்போர்ட்டா இருக்கேன்."

"அதோ பாருங்க. குளத்தோட தெற்குப் பிரகாரப் படிக்கட்டிலே ரெண்டு குருவி தத்தித் தத்தி செல்றதைப் பாருங்கோ..."

"உங்க வயசையொத்த ஆட்கள் யாரும் உங்களுக்குத் துணைக்கு இருக்காங்களா"

"இருக்காங்க. அவா பிராமணா. பிரச்சினைன்னா ஆசாரம் பாத்து வரமாட்டா. ஜாதிப்பிரஷ்டம் பண்ணிருவா. என்னையும் ஜாதிப்பிரஷ்டம் பண்ணத்தான் போறா; பண்ணிட்டு போகட்டும். ஆசாரத்தைக் கட்டிண்டு அழுகட்டும். அந்தக் குருவிகளைப் பாத்தேளா எவ்வளவு அழகா ஒரு இடத்துலே உட்காராம பறக்குது."

"ஜாதிப்பிரஷ்டம்னா ஜாதியிலே சேத்துக்கமாட்டாங்க, ஜாதி விலக்கம் பண்ணிருவாங்க, அப்படித்தானே. பண்ணிட்டுப் போறாங்க நாங்க இருக்கோம்."

அந்தக் குருவிகள் பறந்து அந்த இடத்தை விட்டுப் போகும் வரை அந்தக் குருவிகளையே அம்பிகா பார்த்துக்கொண்டிருந்தாள்.

அம்பிகா என்ன நிறத்தில் சேலை உடுத்தியிருக்கிறாள் என்று கவனிப்பதை அன்று முதல் சங்கரலிங்க நாடார் கைவிட்டார்.

❖ ❖ ❖

22

சங்கரலிங்க நாடார் யோசித்துக்கொண்டே வீட்டை நோக்கிச் சென்றார். அம்பிகாவின் இருப்பும் அவளுடனான உரையாடலும் தன்னைப் பழமையின் பிடியிலிருந்து விடுவித்துக்கொண்டிருப்பதாக அவர் உணர்ந்தார். 'ஒரு பெண்ணுக்குத் திருமணத்திற்கு முன் ஒரு வாழ்வு, திருமணத்திற்குப் பின் ஒரு வாழ்வு, பிறகு, குழந்தைகளுடன் வாழ்வு என்று அமைந்திருக்கிறது. அம்பிகாவின் வாழ்வில் திருமணம் சம்பந்தப்பட்ட பிரச்சினை ஏற்படும். பின், வாழ்வில் மாற்றம் ஏற்படும். அவளுக்குப் பல பிரச்சினைகள் ஏற்படும்' என்று நினைத்தபோதே அவருக்குக் கவலையும் பதற்றமும் ஏற்பட்டன.

கடுமையான பசியில் இருந்தார். சரஸ்வதியிடம் அம்பிகாவின் பிரச்சினை பற்றிக் கூறுவோமா வேண்டாமா என்று யோசித்தார். சாப்பிட்டுத் தூக்கம் போட்டுவிட்டு, பிறகு, 'லேசாகச் சொல்லி வைப்போம்' என்று நினைத்துக்கொண்டார். வீட்டிற்குள் நுழைந்ததும், "இன்னைக்கி என்ன சாப்பாடு" என்று சரஸ்வதியிடம் கேட்டார். அவள், "கறிக்குழம்பு" என்றதும் அவர் திருப்தியாக உணர்ந்தார். பசியாற நன்றாகச் சாப்பிட்டார், தூங்கினார்.

தூக்கத்தில் சங்கரலிங்க நாடார் பொற்றாமரைக் குளத்தின் வடக்குப் பிரகாரத்தில் உட்கார்ந்திருந்தார். குளத்தின் நீர் அலைந்துகொண்டிருப்பதைப் பார்த்தார். எழுந்து பிரகாரத்தைச் சுற்றி நடந்தார். நடந்துகொண்டேயிருந்தார். வியர்வை பெருகி வழியும் வரை நடந்தார். திரும்பவும் வடக்குப் பிரகாரத்தில் உட்கார்ந்தார். வியர்வை குறைந்ததும் எழுந்து, கம்பத்தடி மண்டபத்திற்கு வந்தார். காளி சிலை முன்பு சிறிது நேரம் நின்றார். காளியின் கோபம் தணிய வெண்ணெய் உருண்டைகளை, காளி சிலை மீது வீசி எறிவது வழக்கம். சில வெண்ணெய்

உருண்டைகளை வாங்கிக் காளி சிலை மீது வீசி எறிந்தார். சிறிது நேரம் காளி சிலை முன்பு வணங்கி நின்றார். பிறகு, மீனாட்சியம்மன் சன்னிதிக்குச் சென்றார். மீனாட்சியைப் பார்த்தார். கையை நீட்டி அவளிடம் இறைஞ்சினார். அங்குள்ள பிரகாரத்தைச் சுற்றி வந்தார். திரும்பவும் வந்து பொற்றாமரைக்குளத்தின் வடக்குப் பிரகாரத்தில் அமர்ந்தார். பிறகு, கோபுரத்தைப் பார்த்தார். கோயிலை விட்டு வெளியே வந்து அக்ரஹாரத்தை நோக்கிச் சென்றார். பிறகு, தயங்கி நின்றார். அம்பிகா வீட்டுத் திண்ணையில் அவர் உட்கார்ந்திருந்தார். மறுபுறத் திண்ணையில் முகம் தெரியாத, அம்பிகாவின் அப்பா உட்கார்ந்திருந்தார். வாசலில் முகம் தெரியாத, அம்பிகாவின் அம்மா நின்றிருந்தாள். "ஜாதிகளுக்குள் சமத்துவம் வேண்டும், மதங்களுக்குள் சமத்துவம் வேண்டும். இனங்களுக்குள் சமத்துவம் வேண்டும். ஒருவருக்கொருவர் பிடித்திருந்தால் திருமணம் செய்வதில் என்ன தவறு. உங்களுக்குப் பெண்ணின் வாழ்வு வேண்டுமா, ஆசாரம் வேண்டுமா? அவள் விருப்பம் பெரிதா, ஆசாரம் பெரிதா" என்றார். "எனக்கு, எங்களுக்கு ஆசாரம்தான் பெரிது" என்றார் முகம் தெரியாத அம்பிகாவின் அப்பா. "அந்த வெள்ளைக்காரன் பேச்சை எடுக்காதீங்கோ" என்றாள் வாசலில் நின்றிருந்த முகம் தெரியாத அம்பிகாவின் அம்மா. "அவளைத் தலை முழுகப் போறோம்" என்றார்கள். இருவரும் ஒரே சமயத்தில் அந்த வரியைச் சொன்னார்கள். எழுந்து நின்று அவர்களை வணங்கினார். முகம் தெரியாத அம்பிகாவின் அப்பா உட்கார்ந்த நிலையிலேயே, "நீங்க என்ன யட்சனா... நீங்க யாரு" என்றார். "நான் சங்கரலிங்க நாடார். கள்ளுக்கடை சங்கரலிங்க நாடார். இப்ப பஞ்சு வியாபாரி சங்கரலிங்க நாடார்" என்று கூறிவிட்டு வீட்டுப்படிகளிலிருந்து இறங்கினார். தெருவில் ஆங்காங்கே அக்ரஹாரவாசிகள் நின்றிருந்தார்கள். தெருவில் நடந்தவர், பின்னால் திரும்பிப் பார்த்தார். அவர் உட்கார்ந்திருந்த திண்ணையை அந்த அம்மா தண்ணீரால் கழுவிக்கொண்டிருக்கும் காட்சியைப் பார்த்தார்.

❖ ❖ ❖

சுரேஷ்குமார இந்திரஜித்

23

நேற்றைய இரவு முழுவதும் தூங்காமல் யோசித்துக்கொண்டிருந்தாள், அம்பிகா. இன்று ஞாயிற்றுக்கிழமை எப்படியும் அம்மாவிடம் சொல்லிவிட வேண்டும் என்று அம்பிகா நினைத்தாள். எப்படி ஆரம்பிப்பது, எந்த நேரத்தில் சொல்லவேண்டும் என்று தெரியாமல் குழம்பிக் கொண்டிருந்தாள். இரவும் வந்தது.

'நான் எட்வர்ட் ஜென்னரைத் திருமணம் செய்வது என்று முடிவு செய்துவிட்டேன். அவரை அடிக்கடி சந்தித்துப் பேசிக்கொண்டிருக்கிறேன். நல்ல குணமுடைய ஜென்டில்மேன். நான் என் முடிவி லிருந்து பின்வாங்கப் போவதில்லை. இன்றில்லா விட்டாலும் என்றாவது ஒருநாள் சொல்லித்தான் ஆகவேண்டும். எப்படியும் அப்பாவும் அம்மாவும் திட்டத்தான் போகிறார்கள். ஒப்புக்கொள்ளப் போவதில்லை. என் முன்னால் இப்போதுள்ள பிரச்சினை. பெற்றோர் ஒருபுறம். காதலன் ஒருபுறம். நான் எந்தப்பக்கம் செல்வது என்பதில் முடிவெடுத்து விட்டேன். விளைவுகளைச் சந்தித்துத்தானே ஆகவேண்டும்' என்று சிந்தித்துக்கொண்டிருந்தாள்.

அம்மாவைக் கொஞ்சிக்கொண்டே இந்த விஷயத்தைச் சொல்லிவிட வேண்டும் என்று முடிவு செய்தாள். அம்மா ஈஸிசேரில் சாய்ந்திருந்தாள். பக்கத்தில் ஒரு ஸ்டூலைப் போட்டு உட்கார்ந்தாள். “அம்மா... என் செல்ல அம்மா... தங்க அம்மா...” என்று அம்மாவின் கன்னத்தைப் பிடித்துக் கொஞ்சி, அதன் தொடர்ச்சியாகக் கூறினாள். “அம்மா, எட்வர்ட் ஜென்னர்னு ஒருத்தர் இருக்காரு. பிரிட்டிஷ்காரர். ஜேம்ஸ் மில்லிலே ஜி.எம்.மா இருக்கார். அவருக்கும் எனக்கும் பழக்கம். அவரை எனக்குக் கல்யாணம் பண்ணி வச்சிருங்க... என் செல்ல அம்மா.”

அடுத்த கணம் அம்பிகாவின் கன்னத்தில் அறை விழுந்தது. ஸ்டூலிலிருந்து சரிந்து தரையில் விழுந்துவிட்டாள். கன்னம் வலித்தது. அம்மா நின்றுகொண்டிருப்பது தெரிந்தது.

"ஏண்டி இதுக்குத்தான் உன்னை வேலைக்கு அனுப்பிச்சதா. நான் அவர்ட்டே தலையிலே அடிச்சுண்டு சொன்னேன், வேணாம்னு. இப்ப இழுத்துண்டு வந்து நிக்கறே. யாரை ... வெள்ளைக்காரனை. கிறிஸ்தவ மதத்தைச் சேர்ந்தவனை. நம்ம குலம் என்ன, கோத்திரம் என்ன. ஒழுங்கு மரியாதையா அவனை மறந்துரு. நம்ம ஜாதியிலே நல்ல வரனாப் பாத்து கல்யாணம் பண்ணி வைக்கறேன். என்ன திமிரு ஏன்ட்டே வந்து சொல்லுவே... எட்வர்ட் ஜென்னரு கிட்வர்ட் ஜென்னர்னு... நாசமாப் போறவன்"

கீழே விழுந்து கிடந்த அம்பிகாவிற்குத் தன்மானம் திமிறியது. "என்னைத் திட்டு ஆனா அவரை ஏதாவது சொன்னா நான் பொறுத்துக்கமாட்டேன்."

"என்னடி பேசற நேத்து வந்தவன் உனக்குப் பெரிசா போயிட்டானா?"

அம்பிகா எழுந்து நின்றாள். "ஒருத்தரை மனசார விரும்பினா தப்பா?"

அம்பிகாவின் கன்னத்தில் அம்மா மீண்டும் அறைந்தாள். தலையைக் கொண்டுபோய் சுவரில் முட்டினாள். முதுகில் அடித்தாள். அம்பிகாவிற்குத் 'திருப்பி அடிக்கலாமா' என்றுகூடத் தோன்றியது.

"நீ இந்த வீட்லே இருக்கறதே எங்களுக்கு அவமானம். வெளியே தெரிஞ்சா இந்த அக்ரஹாரத்துக்குள்ளே நான் எப்படி நடமாடுவேன். என் வயித்துலே கல்லைத்தூக்கிப் போட்டுக்கே. உங்க அப்பாவை தந்தி கொடுத்து வரச்சொல்றேன். அவர் வந்தா உன்னை வீட்டை விட்டுத் துரத்திடுவார்."

"நான்தான் உங்களைத் துரத்த முடியும். தாத்தா இந்த வீட்டை எனக்குத்தான் எழுதி வைச்சிருக்காங்கிறதை மறந்துட்டியா. நான் ஏன் வீட்டை விட்டுப் போகணும். இது என் வீடு ..." என்று சொல்லிக்கொண்டே தன் அறைக்குள் சென்று கதவை அடைத்துக்கொண்டாள்.

அம்மா திகைத்து நின்றாள். அக்ரஹாரத்தில் ஒருவரைத் துணைக்கு அழைத்துக்கொண்டு காலையில் தந்தி ஆபீஸ் சென்று கணவருக்கு உடனே வருமாறு தந்தி கொடுக்க வேண்டும் என்று நினைத்தாள். கண்களிலிருந்து நீர் வடிந்துகொண்டிருந்தது.

அறைக்குள் தாழிட்டுப் படுத்திருந்த அம்பிகா, 'வீடு தன்னுடையது என்று சொல்லியிருக்கக் கூடாது' என்று நினைத்தாள். ஆனாலும் சண்டையில் தன் கை ஓங்குவதற்கு அவ்வாறு சொன்னது உதவிகரமானதாக இருக்கும் என்றும் நினைத்தாள். தூக்கம் சரியாகவே வரவில்லை. அப்பா வந்தவுடன் நிதானமாக, சண்டையிடாமல் அவரிடம் பேச வேண்டும். அவர் சம்மதிக்கமாட்டார். வீடு என்னுடையது என்று சொல்லிவிட்டதால் அவர், அம்மாவுடன் வீட்டை விட்டுப் போகிறேன் என்று சொல்லலாம். அதை ஏற்றுக்கொள்ளக் கூடாது. நான் வீட்டை விட்டு வெளியேறலாம். ஜேம்ஸ் மில்லுக்குச் சென்று எட்வர்ட் ஜென்னரைப் பார்த்து நடந்த விஷயங்களைக் கூறலாம். அவருக்குப் பெரிய குவார்ட்டர்ஸ் ஒதுக்கப்பட்டிருக்கிறது. சமையல்காரர் இருக்கிறார். அவரிடம் கலந்து பேசி அடுத்து என்ன செய்யவேண்டும் என முடிவு செய்யவேண்டும். பெற்றோர்களின் சம்மதமில்லாமல் திருமணம் செய்துகொள்ள வேண்டியிருக்கிறது. திருமணத்திற்குப் பின் எட்வர்ட் ஜென்னருடன் அக்ரஹாரத்திற்கு வர முடியாது. அதைப் பெற்றோர்களும் விரும்பமாட்டார்கள். சபிப்பார்கள். அவர்கள் சாபமிட்டதாக நான் நினைக்கக்கூடாது. அது உளவியல் ரீதியாக என்னைப் பாதிக்கும். நான் புது வாழ்க்கைக்குத் தயாராக வேண்டும். வெற்றிகரமாக நான் வாழ்ந்து காட்ட வேண்டும். துரதிருஷ்டவசமாக ஏதேனும் சரிவு ஏற்பட்டால் நான் எடுத்த முடிவுதான் காரணம் என்று பெற்றோர்களோ, மற்றவர்களோ சொல்லும் அபாயம் இருக்கிறது. எட்வர்ட் ஜென்னரின் பெற்றோர்களும் நெருங்கிய உறவினர்களும் எட்வர்ட் ஜென்னரின் விருப்பத்திற்கு மாறாக எதுவும் கூறவில்லை. சம்மதம் தெரிவித்திருக்கிறார்கள். அவர்கள் குடும்பத்துடன் நான் ஐக்கியமாக வேண்டும் திருமணத்திற்குப் பின் வேலையை விடவேண்டிய சூழ்நிலை ஏற்படலாம். அதைப்பற்றி இன்னும் அவரிடம் பேசவில்லை. அவரின் குடும்பம் பெரும் பணக்காரக் குடும்பம். பிரிட்டனில் எஸ்டேட் உள்ளதாக ஒரு தடவை கூறியிருக்கிறார். எனது விருப்பத்தில் அவர் தலையிடமாட்டார். இப்போது நடந்தோ ரிக்ஷாவிலோ குதிரைவண்டியிலோ செல்லும் நான், காரில் செல்லலாம். இந்த வீட்டை என் தந்தை பெயருக்கு நான் எழுதித் தருகிறேன் என்று சொல்ல வேண்டும். அதை அவர் கௌரவக் குறைவாக நினைப்பார். ஏற்றுக்கொள்ளமாட்டார். நான் பிச்சை போடுவதாக நினைப்பார். இந்த வீட்டைக் காலி செய்துவிட்டு இந்த அக்ரஹாரத்தை விட்டு மெட்ராசுக்குச் சென்றுவிடுவார்கள். நான் இந்த வீட்டில் இருக்கப்போவதில்லை. நான் பிறந்து வளர்ந்த இந்த வீடு பூட்டிக் கிடக்கப்போகிறது. பிறகு நான் அதை விற்கவேண்டும். வேண்டாம். அந்த வீட்டை

நினைவுச் சின்னமாக என் சந்ததிகளுக்குக் காண்பிக்க வேண்டும். – இவ்வாறெல்லாம் யோசித்துக்கொண்டே விடிகாலையில் சற்று நேரம்தான் தூங்கினாள்.

காலையில் எழுந்து, குளித்து ஆடை மாற்றிவிட்டு வந்தபோது அம்மா பூஜையறையில் உட்கார்ந்திருந்ததைப் பார்த்தாள். இவளுக்கான உணவு தயார் செய்து வைக்கப்பட்டிருந்தது. அதைச் சாப்பிடலாமா வேண்டாமா என்று யோசித்தாள். பிறகு, சாப்பிட்டுவிட்டு, தட்டுகளைக் கழுவி வைத்தாள். அம்மா வெளியே வராமல் பூஜையறையிலேயே இருந்தாள். அம்பிகா, செருப்பை மாட்டிக்கொண்டு ஜேம்ஸ் மில்லுக்குச் சென்றாள்.

எட்வர்ட் ஜென்னரின் அறைக்குள் நுழைந்தாள். நெற்றியில் சரிந்த முடிக்கற்றையுடன் அவன் சிரித்த முகத்துடன் வசீகரமாக இருந்தான். அவனது அழகு அவளை மயக்கியது. அம்பிகாவும் அழகானவள்தான். ஆனால், அவனுடன் இருக்கும்போது அவன் அழகில் தன்னுடைய அழகு மங்குவதாக அவளுக்கு எப்போதும் தோன்றும்.

"என்ன... காலையிலேயே வந்திருக்கிறாய்" என்றான் எட்வர்ட் ஜென்னர். அம்பிகா பேச ஆரம்பிக்கும் முன்பே, "உன் முகம் இன்று வாடியிருக்கிறதே" என்றான்.

"ஆம், நேற்று என் அம்மாவிடம் நம் காதல் விஷயத்தைச் சொல்லிவிட்டேன். ஒரே சண்டை. ரொம்ப மோசமாக என்னைப் பேசிவிட்டாள். என்னை விபச்சாரி என்றாள். என்னை அடித்தாள். வீட்டை விட்டுப் போகச் சொன்னாள். நான் வீடு என் பெயரில் உள்ளது என்பதைச் சொல்லிவிட்டேன். அவளுக்கு அந்த விஷயம் ஞாபகத்திலேயே இல்லை. திகைத்துப் போய்விட்டாள். தந்தி கொடுத்து அப்பாவை வரச்சொல்லியிருக்கிறாள். அப்பாவும் வந்துவிடுவார். அவர்கள் ஆசாரமானவர்கள். நம் திருமணத்திற்கு ஒப்புக்கொள்ளப்போவதில்லை. நான் வழக்கம்போல வீட்டிற்குத்தான் திரும்பிச் செல்ல வேண்டும். அப்பாவுடன் நடக்கும் சண்டையை எதிர்கொள்ள வேண்டும். வீடு என்னுடையது என்று நான் சொன்னதை நான் அவர்களை மீறிவிட்டேன் என்பதற்கான சமிக்ஞையாக எடுத்துக்கொள்வார்கள். ஒரு வகையில் நான் சொன்னது உளவியல் ரீதியாக என் மீது அவர்கள் செலுத்தும் அதிகாரத்தைக் குறைக்கும். என் அப்பா வந்தபின் நான் அவரை நேருக்கு நேர் எதிர்கொள்ளப் போகிறேன். என்னை வீட்டைவிட்டு வெளியேறச் சொன்னவர்கள்தான் வீட்டைவிட்டு வெளியேற வேண்டிய நிலையில் இருக்கிறார்கள் என்ற உண்மை அவர்களைச் சுடும். நான் அவர்களை வெளியேறச் சொல்லப்போவதில்லை அதைப்பற்றி நான் பேசப்போவதில்லை. ஆனால், நான் அங்கு

சுரேஷ்குமார இந்திரஜித்

இருக்க முடியாது. வீட்டை விட்டு நான் வெளியேற வேண்டும். மற்றவர்கள் நினைப்பதைப் பற்றி நான் கவலைப்படவில்லை. நான் எங்கு தங்குவது என்று முடிவு செய்ய வேண்டும்."

"உன் அம்மா உன்னை அடித்தாரா... சோகமான விஷயம். நீ பிரச்சினையைத் தெளிவாகக் கூறிவிட்டாய். அவர்கள் ஒப்புக்கொள்ளமாட்டார்கள். நீதான் வெளியேற வேண்டும். நான் தங்கியிருக்கும் குவார்ட்டர்ஸில் நீ இப்போது தங்கினால், இந்தியாவில் அது தவறாகப் பார்க்கப்படும். எங்களுக்கு சில கெஸ்ட் ஹவுஸ்கள் உள்ளன. அதில் ஒன்றில் நீ தங்கலாம். சமையல்காரர் ஏற்பாடு செய்யலாம். ராணி மாதிரி இருக்கலாம். இந்த கெஸ்ட் ஹவுஸ் என் குவார்ட்டர்ஸ் இருக்கும் பகுதியில் இல்லை. தள்ளி இருக்கிறது. நீ வந்து சிறிது காலம் அங்கு தங்கியிருக்கலாம். அதற்குள் நமது திருமணம் பற்றித் திட்டமிடலாம்."

"மறந்துவிட்டேனே. ஆபிஸுக்கு போன் போடுங்கள். பெர்மிஷன் கேட்க வேண்டும்."

எட்வர்ட் ஜென்னர் போன் தொடர்பு வாங்கிக் கொடுத்தார். அவள் பேசினாள்.

"என் அப்பாவை நான் எப்படி வீட்டில் எதிர்கொள்ளப் போகிறேன் என்பதை நினைக்கும்போது எனக்குக் கலக்கமாக இருக்கிறது. அவரை மீறி நான் நடக்கவேண்டியிருப்பது துயரமான விஷயம்."

"ஆம், சில விஷயங்களை நாம் இவ்வாறு விருப்பமில்லாமல் சந்தித்துக் கடக்கவேண்டியிருக்கிறது" என்றான் எட்வர்ட் ஜென்னர். பிறகு அம்பிகாவின் வலது கையைப் பற்றி முத்தமிட்டான். அவளது கையை தன் இரு கைகளுக்குள் வைத்துக்கொண்டான். அவளுக்கு ஆறுதலாகவும் படபடப்பாகவும் இருந்தது.

"நான் தங்கியிருக்கும் குவார்ட்டர்ஸையும் கெஸ்ட் ஹவுஸையும் இன்று நான் உனக்குக் காண்பித்துவிடுகிறேன். என் கூட வா" பெல் அடித்து, வந்த ஊழியரிடம் கார் ரெடி பண்ணச் சொன்னான். இருவரும் வெளியே வந்து காரில் ஏறினார்கள். கார் கதவை ஊழியர்கள் திறந்துவிட்டு வணக்கம் சொன்னார்கள்.

குவார்ட்டர்ஸ் வாசலுக்குச் சென்றவுடன் வாசலில் நின்றிருந்த ஊழியர்கள் வணக்கம் சொன்னார்கள். உள்ளே நுழைந்தார்கள். குவார்ட்டர்ஸை எட்வர்ட் ஜென்னர் சுற்றிக் காண்பித்தான். வரவேற்பறை, வசிக்கும் ஹால், மூன்று விசாலமான அறைகள். சாப்பாட்டு அறை, சமையலறை எல்லாவற்றையும் அம்பிகா பார்த்தாள். வீடும் அறைகளும் அவ்வளவு தூய்மையாக, ஒழுங்காக இருந்தன. பட்லரைக் கூப்பிட்டான். "இவர் வில்லியம்ஸ். தமிழர்.

நன்றாகச் சமைப்பார். அசைவம் பிரமாதமாகச் செய்வார். சைவமும் செய்வார்" என்றான். "இவர் சார்லஸ். தமிழர். இவர் இந்த வீட்டின் பராமரிப்புப் பணியைப் பார்க்கிறார். தூசி படிய விடமாட்டார்." "இவர் ரங்கன். தமிழர். இவரிடம் வெளிவேலைகள் இருந்தால் சொல்லலாம்." ஊழியர்களை அறிமுகப்படுத்தி முடிந்ததும் கெஸ்ட் ஹவுஸ் சென்றார்கள்.

"கெஸ்ட் ஹவுஸ் பராமரிப்புப் பணிக்கு இரண்டு ஊழியர்கள் இருக்கிறார்கள்" என்றான். கார் வந்ததும் வாசலில் வந்து இரண்டு ஊழியர்கள் நின்றார்கள். பூட்டைத் திறந்துவிட்டு, இருவரும் வெளியே நின்றுகொண்டார்கள். உள்ளே நுழைந்தார்கள். வீடு சுத்தமாக இருந்தது. "தற்காலிகமாக, திருமணமாவதற்கு முன் வரையில், இங்கு தங்கிக்கொள்ளலாம். ஊழியர்கள் நம்பிக்கைக்குரியவர்கள். சமையல் வேலைக்கு பட்லர் வில்லியம்ஸின் தம்பி அந்தோணி இருக்கிறான். அவனும் நன்றாகச் சமைப்பான். உனக்கான சமையல் ரொம்ப சிம்பிள். சுலபமாகச் செய்துவிடுவார்கள்."

"நான் சைவம் சாப்பிட்டுப் பழக்கப்பட்டவள். அசைவம் சாப்பிட முயற்சிக்கிறேன். பிடிக்க வேண்டும். குமட்டக் கூடாது. மற்றபடி ஆசாரம் காரணமில்லை."

அந்தத் தனிமையிடத்தில் எட்வர்ட் ஜென்னர் சற்று நிதானித்து அம்பிகாவைப் பார்த்தான். அவன் உயரமானவன். அம்பிகா தலை உயர்த்தி அவன் முகத்தைப் பார்த்தாள். மயக்கும் வசீகர முகம். பழுப்பு நிறக் கண்கள். அம்பிகாவின் முகத்தை அவன் இரண்டு கைகளினாலும் ஏந்தினான். குனிந்து அவள் உதட்டில் முத்தமிட யத்தனித்தான். அவள் சிரித்துக்கொண்டே விலகினாள். பிறகு, வந்து அவனைக் கட்டிப்பிடித்து, "இது போதும்" என்றாள். இருவரும் விலகிக்கொண்டார்கள். தன் மார்பு இதற்கு முன் இவ்வளவு வேகமாகத் துடித்ததை அவள் உணர்ந்ததில்லை.

இருவரும் காரில் ஏறினார்கள். மீண்டும் அவனுடைய அலுவலக அறைக்கு வந்தார்கள். "நாளை காலை நான் இங்கு கெஸ்ட் ஹவுஸிற்கு வந்துவிடுவேன். நீங்கள் கார் அனுப்ப வேண்டாம். நான் சங்கரலிங்க நாடார் மூலமாக ஏதாவது ஏற்பாடு பண்ணி இங்கு வந்துவிடுகிறேன். நாளை என் அப்பாவை நேருக்கு நேர் சந்திக்கப் போகிறேன். சண்டை வேண்டாம். சமாதானமாகப் பிரிந்துவிடுவோம் என்று முதலிலேயே கூறிவிடப்போகிறேன்."

"சரி, எல்லாவற்றையும் ஜாக்கிரதையாகக் கையாள்வாய் என்று நான் நம்புகிறேன்."

"எனக்கு நேரமாகிவிட்டது. ராஜாஜி ஆட்சி பற்றிக் கட்டுரை கேட்டிருந்தார்கள். அதை முடித்துவிட்டேன். ஒருமுறை

பார்த்துவிட்டுக் கொடுக்க வேண்டும். அவர் தமிழ் பேசும் பகுதியில் தமிழ் மொழியின் தனித்துவத்தை அறிந்திருந்த போதிலும் மெட்ராஸ் மாகாணம் இந்திய யூனியனின் பகுதி என்பதற்கு முக்கியத்துவம் அதிகம் கொடுக்க வேண்டும் என்று நினைத்தார். அதற்காகவே இந்தியைக் கட்டாயமாக்கினார். இதை அவருடைய அரசியல் வாழ்வின் தவறு என்றே கணிக்கிறேன். இது போன்ற சில தவறுகளை தன் அரசியல் வாழ்வில் மீண்டும் செய்வார் என்றே எனக்குத் தோன்றுகிறது. பிராமணரல்லாதோர் இயக்கம் வளர்ந்து வரும் நிலையில் இது போன்ற முடிவுகள் அவருடைய அரசியல் வாழ்வின் துரதிருஷ்டமாக அமையும்."

"இரண்டாம் உலகப்போரில், இந்தியாவை ஈடுபடுத்தியதை காங்கிரஸ் ஆதரிக்கவில்லையே. அரசைக் கலைத்து ராஜினாமா செய்துவிட்டார்கள். போராட்டத்திற்கு நேரம் பார்த்துக்கொண்டிருக்கிறார்கள். ஆனால், ராஜாஜி காங்கிரசின் போக்கிற்கு ஆதரவு தரவில்லையே. இந்த இக்கட்டான நேரத்தில் போராடி சுதந்திரம் பெற்றுவிடலாம் என்று காங்கிரஸ் நினைக்கிறது."

"வெளிப்படையாகப் பேசினால், இந்த இக்கட்டான நேரம் காங்கிரஸிற்கு சுதந்திரம் பெறுவதற்கான வாய்ப்பை உருவாக்கியுள்ளதாகக் கட்சியினர் நினைக்கிறார்கள்."

"நேருவின் கருத்துக்கள் முதிர்ச்சியற்றவை என்றும் காந்திஜி அவருக்கு ஏன் முக்கியத்துவம் கொடுக்கிறார் என்பது புதிராக இருக்கிறது என்றும் ராஜாஜி நினைப்பாரோ."

"நினைக்கலாம். நேரு நவீன நோக்கு கொண்டவர். உலக அறிவு பெற்றவர். இந்தியர்களின் மனநிலையில் மதம் ஒரு பிரச்சினை. அது எப்போதும் சனாதனம் நோக்கியே இந்தியர்களை இழுத்துச் செல்லும். நேரு சனாதனி அல்ல. அவரால் இந்தியர்களின் பாமர மனநிலையையும் புரிந்துகொள்ள முடியும். மொத்தத் தலைவர்களிலும் அவர்தான் நவீனமானவர். நாத்திகரும்கூட. எனவே நேருவுக்கு முக்கியத்துவம் தரவேண்டியது அவசியம் என்று காந்தி நினைத்திருக்கிறார்."

"உன்னிடம் ஒரு விஷயம் சொல்ல வேண்டும் என்று நினைக்கிறேன். உன்னுடைய அப்பா மெட்ராஸ் தியாசபிகல் சொஸைட்டியில்தானே பணிபுரிகிறார். அதன் முக்கியமானவர் ஒருவர் மூலமாக உன் அப்பா – அவர் பெயரென்ன – ம்... சுப்பிரமணிய அய்யரிடம் சமாதானம் பேசிப் பாக்கலாமா..."

"வேண்டாம். இந்த மாதிரி வேலைக்கு யாரும் ஒப்புக்கொள்ள மாட்டார்கள். என் அப்பாவும் சமாதானமாகமாட்டார்.

ஏற்கனவே நாம் திட்டமிட்டபடி செயல்படுவோம். கார் டிரைவர் ரெடியாகத்தானே இருக்கிறார்."

"ஆம், நாம் செல்வோம்" என்று கூறிக்கொண்டே எட்வர்ட் ஜென்னரும் உடன் வந்தான்.

"நான் ஆபிஸ் போகும் வழியில் சங்கரலிங்க நாடாரைப் பார்த்து நாளைக்குக் காலை கார் ஏற்பாடு செய்யுமாறு கூறவேண்டும்" என்று கூறி, அவள் எட்வர்ட் ஜென்னரின் கண்களைப் பார்த்தாள். அவன் சிறு பையன் போல ஒரு கண்ணைச் சிமிட்டினான்.

சங்கரலிங்க நாடாரின் அலுவலக வாசலில் கார் நின்றது. உள்ளே அம்பிகா உட்கார்ந்திருப்பதைப் பார்த்ததும் சங்கரலிங்க நாடார் ஓடி வந்தார். "நான் என் அம்மாண்டே எங்க காதல் விவகாரத்தைச் சொல்லிட்டேன். ஒரே சண்டை. எதிர்பார்த்ததுதான். நான் பின்னாலே விரிவா சொல்லறேன். எனக்கு இப்ப நேரமில்லை. நாளைக்கி காத்தாலே அப்பா வரார். அவரை நேருக்கு நேர் சந்திச்சு பேசப் போறேன். பேசிட்டு வீட்டை விட்டு வெளியேறி ஜேம்ஸ் மில் கெஸ்ட் ஹவுஸ்லே தங்கப் போறேன். நீங்கள் கார் வாங்கிட்டேளா?"

"வாங்கிட்டேன். செகண்ட் ஹேண்ட் கார்தான்."

"சரி, நாளை காலை ஒன்பது மணிக்கு அக்ரஹாரத் தெரு முக்கிலே காரை நிறுத்தி வைச்சிருங்கோ. நீங்களும் கூட வாங்க. நான் லக்கேஜை எடுத்துண்டு கிளம்பி வந்துருவேன். என்னைக் கொண்டுபோய் ஜேம்ஸ் மில் கெஸ்ட் ஹவுஸ்லே இறக்கிவிட்டுருங்க. மத்த விஷயங்களை அப்புறம் பேசிக்கலாம்" என்றவள், கார் நம்பரைக் கேட்டுக் குறித்துக்கொண்டாள். சங்கரலிங்க நாடாரிடம் கையசைத்து விடைபெற்றுக்கொண்டு ஆபிசுக்கு காரைப் போகச் சொன்னாள்.

சங்கரலிங்க நாடாருக்குப் பரபரப்பு ஏற்பட்டது. டிரைவரைக் கூப்பிட்டார். "நாளைக்குக் காலைலே எட்டு மணிக்கெல்லாம் என் வீட்டுக்கு வந்துறணும். நாம ஒரு இடத்துக்குப் போறம். முக்கியமான வேலை. கார் ரிப்பேராயிடக் கூடாது. கார்லே செண்ட் அடிச்சு வை. ஏதும் பிசகியிரக்கூடாது பாத்துக்க" என்றார்.

ரெட்டியாரிடம் கேட்டுப் பணம் வாங்கிக்கொண்டார். இடுப்பில் எப்போதும் இருக்கும் பிச்சுவாவைத் தடவிப் பார்த்துக்கொண்டார்.

❖ ❖ ❖

24

அம்பிகா இரவில் வீட்டிற்கு வந்தாள். அவளைப் பார்த்ததும் அம்மா பூஜையறைக்குள் சென்றுவிட்டாள். அவளுக்கான உணவு எடுத்து வைக்கப்பட்டிருந்தது. தன் அறைக்குள் நுழைந்து உடை மாற்றிக்கொண்டு வந்து உணவை அறைக்குள் எடுத்துக்கொண்டு போய்ச் சாப்பிட்டாள். தட்டுகளைக் கழுவி வைத்தாள். அறைக்குள் சென்று தாழிட்டுக்கொண்டாள். அவளிடம் பெரிய பெட்டி இருந்தது. பரண் மேலே இருந்த அந்தப் பெட்டியை சத்தம் இல்லாமல் எடுத்து சுத்தம் செய்தாள். முக்கியமான சான்றிதழ்கள் இருந்த பைல், ஆடைகள், போர்வை, அழகு சாதனப் பொருட்கள், அவளுக்கு முக்கியமாகத் தோன்றிய பொருட்கள் ஆகிய எல்லாவற்றையும் எடுத்து அந்தப் பெட்டியில் அடுக்கினாள். பெட்டி கொள்ளும் அளவுக்கு அந்தப் பொருட்கள் இருந்தன. பெட்டியை மூடி, நிமிர்த்தி வைத்துத் தூக்கிப் பார்த்தாள். கனமாக இருந்தது. இதைத் தூக்கிக்கொண்டு நடப்பது சிரமம் என்று தோன்றியது. கார் டிரைவரை வரச்சொல்லி கொண்டு செல்லலாம் என்று நினைத்துக்கொண்டாள்.

விடியற் காலையிலேயே அம்மா கதவைத் திறக்கும் சத்தமும் அப்பா வரும் சத்தமும் கேட்டது. இருவரும் பேசிக்கொள்ளும் சத்தமும் கேட்டது. அவளும் தன் அறையிலேயே குளித்துவிட்டு ஆடை மாற்றிக்கொண்டாள். எட்டரை மணிக்கு அறைக்கு வெளியே வர வேண்டும் என்று திட்டமிட்டிருந்தாள். அரை மணிநேரம் அல்லது முக்கால் மணிநேரம் அப்பாவிடம் பேசவேண்டும். பிறகு, வீட்டை விட்டுக் கிளம்ப வேண்டும்.

கதவைத் திறந்து வெளியே வந்தாள். அப்பா நாற்காலியில் உட்கார்ந்திருந்தார். ஈசிசேர் மடக்கி

சுவரில் சாத்தப்பட்டிருந்தது. அப்பா உட்கார்ந்திருந்த நாற்காலிக்குச் சற்று தள்ளி ஒரு நாற்காலியும் ஸ்டூலும் இருந்தன. வெளியே வந்தவளுக்கு எதில் உட்கார்வது என்று சிறு குழப்பம் ஏற்பட்டது. பிறகு, நாற்காலியில் உட்கார்ந்தாள். அப்பாவின் முகம் இறுக்கமாக இருந்தது. அதிகமாகப் பேசக்கூடிய நிலையிலோ திட்டக்கூடிய நிலையிலோ இல்லை என அவளுக்குத் தோன்றியது. அம்மா நிலைப்படியருகே நின்றிருந்தாள்.

"அப்பா, எல்லா விஷயத்தையும் அம்மா சொல்லியிருப்பா. உங்களுக்கு உடன்பாடில்லாத விஷயத்தைத்தான் நான் சொல்லப்போறேன். ஆனாலும் இது புதுசு இல்லை. நீங்கள் தியோசாபிக்கல் சொஸைட்டியிலே வேலை பாக்கறீங்க, அதனுடைய முக்கியமானவர்களில் ஒருத்தர், ஜார்ஜ் அருண்டேல். அவர் ருக்மணி தேவியைக் கல்யாணம் பண்ணிண்டார். நீலகண்ட சாஸ்திரியின் மகள். அவா ரெண்டு பேருக்கும் வயசு வித்தியாசம் வேற இருந்தது. ருக்மணி தேவிக்குப் பதினாறு வயது, அருண்டேலுக்கு நாப்பத்தி ரெண்டு வயசு. இப்போ ரெண்டு பேரும் பெரும் புகழோட இருக்கா. ருக்மணி தேவி கலாக்ஷேத்ரான்னு ஒரு கலாச்சார அமைப்பை உருவாக்கியிருக்கா ..."

"இந்தா லெச்சர் அடிக்காதே. விஷயத்தைச் சொல்லு. ருக்மணி டான்ஸ் ஆடறா. நீயும் டான்ஸ் ஆடப்போறயா ?"

"ஜேம்ஸ் மில்லில் ஜி.எம்.மா இருக்காரு எட்வர்ட் ஜென்னர். பிரிட்டிஷ்காரர். ரெண்டு பேரும் ஒருத்தரையொருத்தர் விரும்பறோம். அவர் பெரிய பணக்காரர். ரெண்டு வயது மூத்தவர். நீங்க ஆசீர்வாதம் பண்ணி நடத்தி வைக்கணும். இதான் என் விருப்பம்."

"நான் ஆசீர்வாதம் பண்ணமாட்டேன். இது குலக்கேடான விஷயம். அவன் வெள்ளைக்காரன். கிறிஸ்தவ மதம். சாஸ்திர விரோதம். ருக்மணி தேவியை உதாரணம் காண்பிக்கிறியாக்கும். நம்ம சமூகம் அவளையும் ஒத்துக்கலை. ஜாதிப்பிரஷ்டம்தான் உனக்குக்கிடைக்கும். நானும் தலை முழுகி காரியம் பண்ணிருவேன். நீ பின்வாங்கப் போறதில்லைன்னு முடிவு பண்ணிட்டே. என்கிட்டே சரிக்குச் சமமா உக்காந்து பேசற. வீடு உன் பேர்ல இருக்குன்றே. எங்களுக்குக் கொஞ்ச நாள் டைம் கொடு. நாங்க வீட்டைக்காலி பண்ணிண்டு மெட்ராஸ் போயிர்ரோம். நீ உன் வீட்லே இருந்துக்கோ. நான் ஜானகியைக் கூட்டிண்டு மெட்ராஸ் போறேன்."

"இல்லை, நான் ஏதோ சண்டையிலே வீட்டைப் பத்திச் சொல்லிட்டேன். நீங்க இருங்க. நான் போறேன். அதான் நல்லது. நான் பெட்டியை ரெடி பண்ணிட்டேன். தெரு முனையிலே கார்

நிக்கறது. என்னை ஆசீர்வாதம் பண்ணுங்க" என்று சொல்லும் போதே அவள் கண்களில் நீர் வடிந்தது. நாற்காலியிலிருந்து எழுந்து அப்பாவின் கால்களைப் பற்றிக் குனிந்து வணங்கினாள். அவர் கற்பாறை போல சலனமில்லாமல் இருந்தார்.

உள்ளே சென்று பெட்டியை எடுத்துக்கொண்டு அறையை விட்டு வெளியே வந்தாள். அம்மாவைப் பார்த்தாள். அவள் சேலைத் தலைப்பை வாயில் வைத்துக் குலுங்கி அழுதுகொண்டிருந்தாள். அப்பாவை ஒருமுறை பார்த்துவிட்டு வீட்டுப்படியிலிருந்து பெட்டியுடன் இறங்கினாள். அழுகை முட்டிக்கொண்டு வந்தது. அடக்கிக்கொண்டாள்.

அம்பிகா சொன்ன நேரத்திற்கு அரை மணிநேரம் முன்னதாகவே வந்து சங்கரலிங்க நாடார் காருடன் காத்திருந்தார். தெருமுனையிலிருந்து அவளைப் பார்த்தார். அவள் பெட்டியைத் தூக்கச் சிரமப்பட்டுக்கொண்டிருந்ததைப் பார்த்து டிரைவரை அனுப்பினார். டிரைவர் பெட்டியைப் பெற்றுக்கொண்டு அவள் முன்னே நடந்தான். காரின் அருகில் வந்ததும், "ஒண்ணும் பிரச்சினையில்லையே" என்றார் சங்கரலிங்க நாடார். "வீட்டை விட்டு வந்துட்டேன்" என்றாள். டிரைவர் டிக்கியில் பெட்டியை வைத்தான். சங்கரலிங்க நாடார் பின்பக்க சீட்டின் கதவைத் திறந்துவிட்டார். அவள் உள்ளே ஏறி உட்கார்ந்ததும் கதறிக் கதறி அழலானாள். சங்கரலிங்க நாடார் முன் சீட்டில் உட்கார்ந்துகொண்டார். கார் ஜேம்ஸ் மில் கெஸ்ட் ஹவுஸை நோக்கிச் சென்றது.

சங்கரலிங்க நாடாருக்கு அம்பிகா அழுவது சங்கடமாக இருந்தது. 'பெற்றோர்களைத் துறந்து வருகிறாள். அவர்களின் பிராமண சமூகத்தின் பழிப்பு, பிரஷ்டம் ஆகியவற்றையும் தாங்க வேண்டும். எட்வர்ட் ஜென்னருடனான வாழ்க்கையை நம்பி வருகிறாள். எவ்வளவு நாள் கெஸ்ட் ஹவுஸில் தங்குவாள். பார்ப்பவர்கள் தவறாகப் பேசமாட்டார்களா. தவறாகப் பேசுவதற்குத்தானே மனிதர்கள் இருக்கிறார்கள். திருமணம் எப்போது செய்வார்கள் என்றும் தெரியவில்லை' என்றெல்லாம் யோசித்துக்கொண்டிருந்தார்.

கெஸ்ட் ஹவுஸ் நெருங்குவதைப் பார்த்து அழுகையை நிறுத்தி, கண்களைத் துடைத்துக்கொண்டாள். ஊழியர், காரில் அம்பிகா இருப்பதைப் பார்த்ததும் கார் கதவையும் பின், கெஸ்ட் ஹவுஸ் கதவையும் திறந்தான். டிக்கியிலிருந்த பெட்டியை எடுத்து ஹாலில் வைத்தான். "எங்கே வைக்க" என்று கேட்ட சங்கரலிங்க நாடார், அப்பெட்டியைத் தூக்கி அவள் கூறிய அறையில் வைத்தார். பிறகு என்ன செய்வதென்று தெரியாமல் நின்றுகொண்டிருந்தார்.

“நீங்கள் சோர்வாக இருக்கிறீர்கள். நான் எட்வர்ட் ஜென்னரிடம் நீங்கள் இங்கு வந்த தகவலைக் கூறவா? எனக்கு இப்போது அவர் பெயரைச் சொல்லலாமா என்று தெரியவில்லை. அவர் எனக்கு முதலாளி.”

“மில் ஊழியர்கள் முன்னிலையில் முதலாளி அல்லது ஜி.எம். என்று கூறிக்கொள்ளுங்கள். என்னிடம் பேசும்போது எப்படி வேண்டுமானாலும் பேசலாம். எட்வர்ட் ஜென்னர் என்று பேசுவதையே விரும்புகிறேன். நான் இங்கு வந்துவிட்டதை அவர் அலுவலகத்திற்குச் சென்று நீங்கள் சொல்லவேண்டாம். நான் சற்று முகம் கழுவி ஓய்வெடுக்கிறேன். போனில் நான் வந்ததைக் கூறுகிறேன். நீங்கள் உதவி செய்ததைக் கூறுகிறேன். மிக்க நன்றி. பிறகு, நாம் பேசுவோம்.”

“வீட்டிலும் போன் கொண்டுவந்துவிட்டேன். ‘நம்பர் வைத்துகொள்ளுங்கள்” என்று ஒரு சிட்டையில் நம்பரை அவரே எழுதிக் கொடுத்தார். “கடை நம்பர்தான் ஏற்கனவே தெரியும்ல” என்றார்.

அம்பிகா தலையாட்டினாள். அவர் கிளம்பினார்.

❖ ❖ ❖

25

அம்பிகா சற்று நேரம் கட்டிலில் படுத்திருந்தாள். 'எட்வர்ட் ஜென்னரை விரும்பாமல், நான் இப்படி வராமல் இருந்திருந்தால் எதிர்காலத்தில் என்ன நடக்கும்... ஓர் அம்மாஞ்சியைக் கல்யாணம் கட்டிண்டு அவன் சொல்றதையெல்லாம் கேட்டுண்டு, எனக்குன்னு ஒரு வாழ்க்கை இல்லாம, பொண்டாட்டியா வாழனும். அது எனக்கு ஒத்துவராத வாழ்க்கை. டார்ச்சராயிருக்கும். நான் செய்தது சரிதான்' என்று மனதில் எண்ணங்கள் ஓடிக்கொண்டிருந்தன.

முகத்தைக் கழுவினாள். கண்ணாடி முன் அமர்ந்து பவுடர் போட்டாள். அங்கிருந்த போனில் எட்வர்ட் ஜென்னரிடம் தொடர்பு கொண்டாள். கெஸ்ட் ஹவுசுக்கு வந்துவிட்டதையும் அக்ரஹாரத்திலிருந்து சங்கரலிங்க நாடார் அவருடைய காரில் இங்கு கொண்டுவந்து விட்டதையும் கூறினாள். அவன் சிறிது நேரத்தில் வருவதாகக் கூறினான். அம்பிகா கண்ணாடியில் தன்னைப் பார்த்து சரி செய்துகொண்டாள்.

சிறிது நேரத்தில் எட்வர்ட் ஜென்னர் வந்தான். அவள் வரவேற்பறையில் அமர்ந்திருந்தாள். உள்ளே ஹாலிலோ அறையிலோ அவன் வரும் நேரத்தில் இருக்கவேண்டாம் என்று நினைத்தாள்.

"என்ன பெரிய சண்டையா . . . உங்கள் அப்பாவுடன்..." என்றான்.

"நான் அவரை மீறிவிட்டேன் என்பது அவருக்குத் தெரியும். நான் நினைத்ததைப் பேசினேன். அந்த வீடு என்னுடைய வீடு என்று நான் சொன்னதிலும் உங்களை விரும்பியதிலும் அவருக்குத் தாங்க முடியாத கோபம் இருந்தது. ஆனால் அவருடைய முகம் பாறையைப் போல இருந்தது. உணர்ச்சியைக் காட்டக்கூடாது என்று இருந்தார். என்னைத் தலை

முழுகி காரியம் செய்யப்போவதாகவும் கூறினார். அம்மாவை அழைத்துக்கொண்டு மெட்ராஸ் செல்லப்போவதாகவும் இந்த வீட்டில் என்னை இருந்துகொள்ளவும் சொன்னார். நான் வீட்டைவிட்டுச் செல்ல முடிவு செய்துவிட்டேன் என்றும் எல்லாவற்றையும் பெட்டியில் வைத்துவிட்டேன் என்றும் சொல்லிவிட்டு பெட்டியைத் தூக்கிக்கொண்டு வந்துவிட்டேன்."

சற்று நேரத்தில் மேலும் சொன்னாள். "வரும்போது அவர் காலில் விழுந்து ஆசீர்வாதம் கேட்டேன். அவர் உதைத்துத் தள்ளிவிடுவாரோ என்று நினைத்தேன். ஆனால், அவர் அவ்வாறு செய்யவில்லை. அம்மா அழுதாள். காரில் ஏறியதும் எனக்கும் அழுகை வந்தது."

"உனக்கு வருத்தமாகத்தான் இருக்கும். பெற்றோரின் உறவைத் துண்டித்துக்கொண்டு வந்திருக்கிறாய். நான் உன்னை நன்றாகக் கவனித்துக்கொள்வேன். நீ விரும்பும் காரியங்களைச் செய்வதற்கு பண உதவியும் ஒத்துழைப்பும் தருகிறேன். முதலில் திருமணத்திற்கு ஏற்பாடு செய்ய வேண்டும். என் முக்கியமான உறவினர்களை வரச்சொல்லிவிட்டேன். என் பெற்றோரையும் வரச்சொல்லிவிட்டேன். விரைவில் வந்துவிடுவார்கள்."

"நான் என் உறவினர்கள் எவருக்கும் சொல்ல முடியாது. சொன்னாலும் வரமாட்டார்கள். தூஷணை செய்வார்கள். தெரிந்தவர்களும் நண்பர்களும் தோழிகளும்தான் என்னுடைய தரப்பு. திருமணம் வரை நான் வேலைக்குச் செல்கிறேன். பிறகு, நாம் முடிவு செய்துகொள்ளலாம். வேலையை விட்டுவிடலாம் என்றுதான் நினைக்கிறேன். உங்களை நான் கவனிக்க வேண்டும் அல்லவா. எனக்குப் பெண்களின் முன்னேற்றத்துக்கான ஒரு அமைப்பை உருவாக்கி நடத்த வேண்டும் என்ற எண்ணம் உண்டு. அது சார்ந்த கற்பனையும் உண்டு. பெண்களுக்கான பள்ளிக்கூடம் என் கற்பனையில் பிரதானமாக இருக்கிறது. கல்வி அவர்களின் கண்களைத் திறக்கும். அதற்கேற்ப பாடப்புத்தகங்கள் தவிர பிற புத்தகங்களையும் தேர்வு செய்து அதற்கென ஒரு தனி வகுப்பு ஏற்படுத்தி அவர்களைப் பழமையின் பிடியிலிருந்து விடுதலையடைய வழி ஏற்படுத்திக் கொடுக்கவேண்டும்... இன்னும்"

"போதும், போதும். உன்னிடம் பெரிய திட்டங்கள் உள்ளன. அனைத்தையும் நீ நிறைவேற்றலாம். நான் உதவியாக இருப்பேன்."

"நான் ஏற்கனவே உங்களிடம் சொல்லியிருக்கிறேன். இருந்தாலும் இந்தத் தருணத்திலும் நான் சொல்லிக்கொள்கிறேன். ருக்மணி தேவி அருண்டேல் என் முன்னோடி. அவர் போல் நான் சேலைதான் உடுத்துவேன். இந்துமதப் பழக்க வழக்கங்களைக்

கடைப்பிடிப்பேன். நாம் இருவரும் அவரவர் மதத்தில் இருந்துகொள்வோம். அவரவர் பண்டிகையைச் சேர்ந்தே கொண்டாடிக்கொள்வோம்."

"அவ்வாறே செய்வோம்" என்றான் எட்வர்ட் ஜென்னர்.

பட்லரை எட்வர்ட் ஜென்னர் கூப்பிட்டான். பட்லர் ஓடி வந்தான். "இவள் விருந்தாளி. சைவம். சமைப்பது சுலபம். அவளிடம் என்ன வேண்டும் என்று கேட்டு சமையல் நல்ல விதமாகச் செய்து கொடுங்கள்" என்றான்.

"நிர்வாக வேலை நிறைய இருக்கிறது. வேலையிலிருந்து விடுபடும்போது போனில் தொடர்பு கொண்டு பேசிவிட்டு வருகிறேன்" என்று அம்பிகாவைப் பார்த்து எட்வர்ட் ஜென்னர் கூறினான்.

"வாருங்கள். திருமணம் முடியும் வரை சற்று விலகியே இருப்போம். தவறாக நினைத்துக்கொள்ளாதீர்கள். ஓரளவு நெருங்கிக்கொள்ளலாம். நாளை நான் ஆபீஸ் போகவேண்டும்."

"எது விலகல், எது ஓரளவு என்று தெரியவில்லையே மேடம். நீதான் எனக்கு மேலே உள்ள அதிகாரி. உன் சொல்படி கேட்டுக்கொள்கிறேன்." என்று எட்வர்ட் ஜென்னர் கூறினான்.

அவன் சென்றபின் பட்லரைக் கூப்பிட்டாள். "சாதம், ரசம், தயிர், உருளைக்கிழங்கு பொரியல், ஊறுகாய், மதிய உணவுக்குப் போதும்." என்றாள்.

படுக்கைக்குச் சென்று படுத்தாள். அசதியாகவும் சிந்தனையாகவும் கவலையாகவும் இருந்தது. அப்படியே தூங்கிவிட்டாள்.

❖ ❖ ❖

26

கெஸ்ட் ஹவுஸில் இருந்துதான் அம்பிகா ஆபீசுக்கும் பிற வேலைகளுக்கும் சென்று வருகிறாள். செய்தி ஆசிரியர், "அம்பிகா உனக்கு மேரேஜ் நெருங்கிக்கிட்டிருக்குன்னு பேசிண்டிருக்காளே" என்றார். "ஆமாம், சார். உங்களுக்குச் சொல்லாமல் இருப்பேனா, நீங்கதான் சாட்சிக் கையெழுத்து போடணும்" என்றாள். அவர் மௌனமாக இருந்தார்.

"சார், நான் உங்களையெல்லாம் சிக்கல்லே மாட்டிவிடமாட்டேன் சார்..." என்றாள்.

"பிள்ளையாண்டானைப் பத்தி ஏதேதோ பேசறாளே."

"பேசத்தான் செய்வா. பேரு எட்வர்ட் ஜென்னர்."

"எட்வர்ட் ஜென்னரா... இந்தப் பெயரை எங்கோ கேள்விப்பட்ட மாதிரி இருக்கே... ஆங்... அவரு பெரியம்மைக்கு வாக்ஸினேஷன் கண்டுபிடிச்சவரு. அவரையா கட்டிக்கப்போறே."

"சார்... அவர் போன நூற்றாண்டிலே வாழ்ந்தவர். இவர் வேறே எட்வர்ட் ஜென்னர்"

"அதே பேரை வைச்சிருக்கா போலிருக்கு. இண்டியன் ஆர் பிரிட்டிஷ்?"

"பிரிட்டிஷ்" என்று சொல்லிவிட்டு அவர் முகத்தை அம்பிகா பார்த்தாள். அவர் முகம் மாறிவிட்டது. கீழே குனிந்து வேலை பார்க்க ஆரம்பித்தார். 'இனி இவர் மூலமாக இவர் குடியிருக்கும் அக்ரஹாரம், இவர் நண்பர்கள், ஆபிஸில் இருப்பவர்கள் எனப் பரவப் போறது. பரவட்டுமே. நான் அவரைக் கல்யாணம் கட்டிண்டு ஆபிசுக்குள்ளேயே உலா வரப்போறேனாக்கும்.'

மெட்ராஸிலிருந்து அம்பிகா பெயருக்கு ஒரு ரிஜிஸ்டர் தபால் வந்திருப்பதாகச் சொல்லி போஸ்ட்மேன் வந்தான். அவள் அக்னாலெட்ஜ்மென்ட் கார்டில் கையெழுத்திட்டாள். அனுப்புபவர் இடத்தில் தன் தந்தை பெயர் இருந்ததை அம்பிகா பார்த்தாள். அவசரமாகக் கவரைப் பிரித்தாள். உள்ளே வீட்டுப் பத்திரமும் சாவிகளும் வைக்கப்பட்டிருந்தன. வேறு ஏதாவது கடிதம் இருக்குமா என்று நன்றாகப் பார்த்தாள். வேறு ஒன்றும் இல்லை. அந்த வீட்டுப் பத்திரம். அம்பிகாவின் தாத்தா அக்ரஹாரத்திலுள்ள அந்த வீட்டை அவள் பெயருக்கு எழுதிக் கொடுத்திருந்த வீட்டுப்பத்திரம். இருந்த சாவிகள் அந்த வீட்டின் சாவிகள். அம்பிகாவிற்குக் கண்களில் நீர் கசிந்தது. வீட்டிலுள்ள பொருட்களை எடுத்துக்கொண்டு மெட்ராஸ் போய்விட்டார் எனத் தெரிந்தது. வீட்டினுள், தாத்தா, அப்பா, அம்மா ஆகியோருடன் புழங்கியதை நினைத்துப் பார்த்துக்கொண்டாள்.

ஆபீஸ் போனில் சங்கரலிங்க நாடாரைத் தொடர்பு கொண்டாள். ரெட்டியார் எடுத்தார். சங்கரலிங்க நாடாரிடம் தான் பேசியதாகக் கூறி, போனில் பேசுமாறு தெரிவித்தாள். சற்று நேரத்தில் சங்கரலிங்க நாடார் போனில் அழைத்தார். வியாபாரத்தைப் பற்றி விசாரித்தாள். மில்லின் ஆதரவில் நன்றாகப் போய்க்கொண்டிருப்பதாகத் தெரிவித்தார். ஆபீசுக்கு மாலையில் வருமாறு கூறினாள்.

சொன்னபடி மாலையில் சங்கரலிங்க நாடார் வந்தார். வரவேற்பறையில் சந்தித்தாள்.

"சுருக்கமாச் சொல்றேன். அம்மாவைக் கூட்டிண்டு அப்பா வீட்டைக் காலி பண்ணிண்டு மெட்ராஸ் போயிட்டார். சாவிகளை எனக்கு ரிஜிஸ்டர் போஸ்ட்லே அனுப்பிட்டார். வீட்டுப்பத்திரம் என்னிடம்தான் இருக்கு. வீடு என் பெயரிலே இருக்கு. இந்தச் சாவிகளை இப்ப நான் உங்களிடம் தாரேன். நீங்க வீட்டைப் போயி பாருங்க. போறப்ப இரண்டு சாவி உள்ள வேற பூட்டுகள் வாங்கிண்டு போங்க. உங்களை யாருன்னு அக்ரஹாரத்திலே யாராவது கேட்டா "கள்ளுக்கடை சங்கரலிங்க நாடார்னு சொல்லுங்க. பயந்துண்டு யாரும் பக்கத்துலே வரமாட்டா" என்று சிரித்தாள்.

"இல்லை, நான் வீட்டைச் சுத்தம் பண்ண ஆட்களைக் கூட்டி வந்திருக்கேன்னு சொல்லி, அல்லது எப்படியோ, அந்த நேரத்துலே என்ன தோணுதோ சொல்லிக்கறேன். சாவி நம்மகிட்டே இருக்கறப்ப என்ன பிரச்சினை. நான் ஆட்களைக் கூட்டிக்கிட்டுப் போயி சுத்தம் பண்ணி, பழைய பூட்டுகளுக்குப்

பதிலா இரட்டைச்சாவி உள்ள புதிய பூட்டுகளை மாத்திட்டு சாவிகளைக் கொண்டுவந்து உங்ககிட்டே கொடுத்துர்றேன். சரிதானா ..."

"செய்ங்க... எல்லாப் பூட்டுகளுக்கும் உள்ள ஒரு சாவியை நீங்க வைச்சுக்கங்க. இன்னொரு சாவியை ஒரு கீ செயின் போட்டு என்னிடம் கொடுத்திருங்க. அந்த வீட்டை என்ன செய்யறதுன்னு பின்னாலே யோசிப்போம்." என்று சாவிகளை சங்கரலிங்க நாடாரிடம் கொடுத்தாள்.

❖ ❖ ❖

27

அக்ரஹாரத்தில் அம்பிகா வீட்டின் முன்பாக காரை நிறுத்தச் சொல்லி இறங்கினார். அவரிடம் இரண்டு சாவிகள் இருந்தன. முன்பக்கக் கதவிற்கும் பின்பக்கக் கதவிற்கும் உரியது. அவர் ஒரு சாவியை எடுத்து முன்பக்கக் கதவைத் திறந்தார். கார் வந்த சத்தத்தைக் கேட்டு சிலர் வீட்டிலிருந்து வெளியே வந்து எட்டிப் பார்த்தார்கள். அவர் உள்ளே சென்று பார்த்தார். சுத்தம் பண்ணவேண்டிய தேவை இருப்பதாகத் தோன்றவில்லை. வீட்டை தண்ணீர் ஊற்றிக் கழுவியிருந்தார்கள். தட்டுமுட்டுச் சாமான்கள் ஏதாவது இருக்கும் என்று நினைத்தார். அவைகளும் இல்லை. வீட்டை வெள்ளையடித்துப் புதுப்பிக்கவேண்டிய வேலை மட்டும்தான் பாக்கி. நீளமான வீடு, அடுத்த தெருவில் பின்பக்கக் கதவு இருந்தது. சுத்தம் பண்ணுவதற்காக இரண்டு கூலியாட்களை வரச்சொல்லியிருந்தார். அவர்கள் சைக்கிளில் வந்துகொண்டிருக்கிறார்கள். பின்பக்கக் கதவில் புதுப்பூட்டைப் போட்டார். வாசலுக்கு வந்து நின்றார்.

பக்கத்து வீட்டிலிருந்து ஒருவர் திண்ணையிலிருந்து இறங்கி வந்தார். அறுபது வயது இருக்கலாம். கூட அவர் மனைவியும் வந்தாள். அந்த நபர் மேல் சட்டையணியாமல் இருந்தார்.

"சுப்பிரமணிய அய்யரும் ஜானகியும் வீட்டைக் காலி பண்ணிண்டு மெட்ராஸ் போயிட்டா. அவா மக ஓடிப்போயிட்டான்னு பேசிக்கறா. நீங்க யாரு? எதுக்காக இந்த வீட்டுக்கு வந்தீங்க"

"அவுங்க மக ஓடிப்போகலை. சக்ரா பத்திரிகை ஆபீஸ்லே இன்றைக்கும் வேலை பாத்துக்கிட்டிருக்கா.'

"ஒரு வெள்ளைக்காரன் கூட இருக்கான்னு பேச்சா இருக்கே."

"கூட இல்லை. கல்யாணம் பண்ணிக்கப் போறாங்க. அவரு ஜேம்ஸ் மில்லோட ஜி.எம். அந்த மில்லிலேயும் அவருக்குப் பங்கு இருக்கு. லண்டன்ல எஸ்டேட் இருக்கு." என்று சொல்லி, "மெட்ராஸ் மாகாண கவர்னருக்கு வேண்டப்பட்டவர்" என்று அவரின் வாயை அடைப்பதற்காக ஒரு போடு போட்டார்.

"மெட்ராஸ் கவர்னருக்கு வேண்டப்பட்டவரா. அவ்வளவு பெரிய இடமா. அந்த ஜேம்ஸ் மில்லிலே எவ்வளவு பேரு வேலை பார்ப்பா?"

"ஆயிரம் பேரு வேலை பாப்பாங்கன்னு நினைக்கிறேன்."

"எவ்வளவு பெரிய ஆளா இருக்கட்டுமே.. பிராமணப் பொண்ணு வெள்ளைக்காரன்கூட வாழலாமா. நாடு கெட்டுப்போச்சு."

"அது அவுங்க இஷ்டம். அந்த வெள்ளைக்காரன் கிட்டேதானே நீங்க அடிமையா இருக்கீங்க."

"என்ன பயமுறுத்தறேளா."

"ஆமா பயமுறுத்தறேன்" என்றார் சங்கரலிங்க நாடார்.

அவர் ஒன்றும் பேசாமல் நின்றார். அவரின் மனைவி, "வாங்க, ஏன் தேவையில்லாம பேச்சை வளத்துண்டு இருக்கேள்" என்று அவர் கையைப் பிடித்து வீட்டுக்குள் அழைத்துச் சென்றுவிட்டாள்.

அந்த நேரத்தில் சைக்கிளில் இரண்டு கூலியாட்கள் வந்து இறங்கினார்கள். வெளியே எட்டிப் பார்த்த பக்கத்து வீட்டுக்காரர், கூலியாட்களைப் பார்த்ததும் தலையை உள்ளே இழுத்துக்கொண்டார்.

கூலியாட்களிடம், "சுத்தம் செய்ற வேலை பெரிசா இல்லை. இருந்தாலும் நீங்க சுத்தம் பண்ணி வெள்ளையடிச்சுருங்க. இந்தாங்க சாவி. என் ஆபீஸ்லே வந்து பணத்தை வாங்கிக்கீங்க. யாராவது இடைஞ்சல் பண்ணா எங்கிட்டே வந்து சொல்லுங்க" என்றார்.

முன்பக்க கார் கதவைத் திறந்து ஏறி கதவை ஓங்கிச் சாத்தினார். டிரைவர் இவரைத் திரும்பிப் பார்த்தான். காரை ஆபீசுக்குப் போகச் சொன்னார்.

ஆபீசுக்குச் சென்று போனில் அம்பிகாவிடம் பேசினார். வீடு சுத்தமாக இருப்பதாகவும் மேலும் சுத்தம் செய்து வெள்ளையடிக்க ஏற்பாடு செய்திருப்பதாகவும் கூறினார். பிறகு, "உங்க விஷயம் அக்ரஹாரத்துக்கும் தெரிஞ்சிருக்கும் போல இருக்கே. பக்கத்து வீட்டுக்காரர் வந்து ஏடாகூடமா பேசினாரு.

நான் பயமுறுத்திவிட்டேன். இப்ப அங்கே வீட்டு வேலை ஆரம்பமாயிரும்" என்றார்.

"தெரியாம எப்படி இருக்கும். நாக்கூசாம பேசுவா. இதெல்லாம் தெரிஞ்சுதானே நான் முடிவெடுத்தேன். இவுங்க என்னைக்குத்தான் மாத்தி யோசிக்கப் போறாளோ..." என்றாள் அம்பிகா.

போனை வைத்தார். வேலைக்காரப் பையனிடம் டீ வாங்கிவரச் சொன்னார்.

'அம்பிகா பெற்றோரைப் பகைத்துக்கொண்டு எட்வர்ட் ஜென்னரைத் திருமணம் செய்யப் போகிறாள். அவர் நல்லவர். பழகுவதிலிருந்து பண்பாளர் என்று தெரிகிறது. எனக்கு நிறைய ஆர்டர் கொடுக்கிறார். நானும் பஞ்சு சப்ளை பண்ணி சம்பாதிக்கிறேன். நான் இப்படி நினைக்கக்கூடாது... அம்பிகா, எட்வர்ட் ஜென்னர் திருமணம் நிலைத்து, நீடித்து நிற்குமா... மேற்கத்திய நாடுகளில் கருத்து வேறுபாடு ஏற்பட்டால் டைவோர்ஸ் பண்ணிவிடுகிறார்கள். அப்படி ஏதாவது துரதிர்ஷ்டவசமாக நடக்குமா... நடக்கக்கூடாது. அம்பிகா தன்னம்பிக்கை நிறைந்தவள். அறிவாளி. தைரியமானவள். சாமர்த்தியமானவளும்கூட. அவளுக்கு ஏதும் துரதிர்ஷ்டவசமாக நடக்காது. அதிர்ஷ்டகரமாக நிறைய விஷயங்கள் நடக்கும். அவளுக்குப் பெண்கள் பள்ளிக்கூடம் நடத்த வேண்டும் என்ற எண்ணம் இருக்கிறது. பிற திட்டங்களும் இருக்கின்றன. அந்த நேரத்தில் சொல்வாள். பெண் குழந்தைகளைப் பள்ளிக்கூடத்திற்கு அனுப்ப பெற்றோர்கள் தயாராக வேண்டும். எல்லாவற்றையும் பொறுத்துப் பார்ப்போம்' என்று சிந்தித்துக்கொண்டே காரில் வீட்டுக்குச் சென்றார்.

சரஸ்வதி வாசலிலேயே நின்றிருந்தாள். "போன காரியம் நல்லபடியா முடிஞ்சதா" என்றாள். "நான் என்ன காரியத்துக்குப் போனேன்... வீட்டை வெள்ளையடித்துச் சுத்தம் பண்ண கூலியாட்களை வரச்சொல்லியிருந்தேன். அவுங்க வேலை பாக்கறங்க..."

"ஒருத்தரும் ஒண்ணும் சொல்லலையா"

"பக்கத்து வீட்டுக்காரர் ஒருத்தர் வந்து ஏடாகூடாம பேசுனாரு. நான் பதிலுக்குப் பேசினேன். அவ்வளவுதான்."

சட்டையைக் கழற்றி சரஸ்வதியிடம் கொடுத்தார். "இந்தப் பிச்சுவாவை எதுக்கு இடுப்புலே வைச்சிருக்கீங்க. யாரையும் குத்துன மாதிரி தெரியலை."

அவர் ஜாலி மூடில், "நான் என்ன குத்தறதுக்கா வைச்சுருக்கேன். ஒரு தோரணைக்குத்தானே வைச்சிருக்கேன். கள்ளுக்கடை நாடார் ஏதாவது செஞ்சிருவான்னு பயப்படுவாங்க" என்றார். சரஸ்வதி சிரித்தாள்.

"அம்பிகா கல்யாணத்துக்கு அவுங்க அப்பா, அம்மா வரப்போறதில்லை. ஜாதிக்காரங்க உறவுக்காரங்க வரப்போற தில்லை. பொண்ணு தரப்பிலே யார் இருக்கான்னு விசாரிச்சீங்களா? வீட்டை விட்டு பெட்டியோட வந்த பொண்ணு. நகைகள் வச்சிருக்காளான்னு தெரியலை, நாம ஏதாவது நகைகள் அவளுக்குப் போடலாமான்னு யோசிச்சீங்களா" என்றாள் சரஸ்வதி.

"சில தோழிகளும் ஆபீஸ் நண்பர்களும் இருக்கறதா சொல்லியிருக்கா. நகைகள் ஏதாவது நாம அவகிட்டே கொடுக்கலாம். வாங்கிக்குவாளான்னு தெரியலை. பேசிப் பாக்கலாம்" என்றார் சங்கரலிங்க நாடார்.

❖ ❖ ❖

28

அம்பிகாவை அவளுடைய ஆபீஸ் வரவேற்பறையில் சந்தித்தபோது திருமண ஏற்பாடுகள் குறித்து விசாரித்தார். அப்போது, அம்பிகா தரப்பில் வரவிருக்கிற முக்கியமானவர்கள் பற்றி விசாரித்தார். அத்தோடு நகைகள் போட்டுக்கொள்ள வேண்டுமே என்றும் விசாரித்தார்.

"எங்கள் குடும்ப நகைகளை அப்பா அவருடைய நண்பர் ஒருவர் மூலமா என்னிடம் சேர்த்துவிட்டார். நான் ஒரே பெண். எனக்குச் சேரவேண்டியதுதான். நான் கொஞ்ச நேரம் யோசித்து, பிறகு வாங்கிண்டேன். ரிஜிஸ்டர் போஸ்ட்லே சாவிகளையும் வீட்டுப்பத்திரத்தையும் அனுப்பின மாதிரி நகைகளை அனுப்ப முடியாதோல்லியோ ... ஒரு பேப்பர்லே என்னென்ன நகைகள்னு எழுதி, அவற்றின் எடையையும் குறித்து, 'கொடுப்பவர்' என்று எழுதப்பட்ட எடத்துலே என் அப்பா கையெழுத்துப் போட்டிருந்தார். 'வாங்கிக் கொள்பவர்' என்ற எடத்துலே நான் கையெழுத்துப் போடணுமாம். ரெண்டு காப்பி கொண்டுவந்திருந்தார். ஒரு காப்பி எனக்காம். ரெண்டு காப்பியிலையும் கையெழுத்துப் போட்டு ஒரு காப்பியை அவர்கிட்டே கொடுத்துவிட்டேன். அவர் தியாசபிக்கல் சொஸைட்டியிலே அப்பா கூட வேலை பாக்கறவராம். ஒரு வேடிக்கை தெரியுமா? அந்த நண்பர் பேரு ராக் பெல்லர். கிறிஸ்தவர். சிலுவை அணிந்து வந்திருந்தார். என் கல்யாணத்தைப் பத்தி ஒரு வார்த்தை பேசலை. சுப்பிரமணிய அய்யர் மகளான்னு கேட்டு கன்பர்ம் பண்ணிண்டு கொடுத்தார். அந்த நகைகளெல்லாம் பழைய மாடல்களா இருக்கு. என்கிட்டே சேமிப்புப் பணம் இருக்கு. அதை எடுக்கவேண்டிய தேவை

ஏற்படாது. அந்தப் பழைய நகைகளின் மதிப்பிலேயே புது நகைகள் வாங்கிக்கலாம். நகைகளின் மீது எனக்கு ஆசை கிடையாது. இந்த மாதிரி நேரத்திலே போட்டுக்கறதுக்குத்தான் தேவைப்படும். ஆனா எட்வர்ட் ஜென்னர் எனக்காக அவ்வளவு நகைகள் வாங்கி வைச்சிருக்கார். வைரம், முத்துன்னு எனக்கு ரொம்ப ஆச்சரியமாயிடுத்து. அன்பையும் பிரியத்தையும் இந்த மாதிரி காண்பிக்கிறார்னு நினைச்சுண்டேன்" என்றாள்.

பிறகு, "என் தரப்புலே ஒரு முக்கியமானவர், சொந்தத்துலே வேணும்னு தோணித்து. என் தூரத்துச் சொந்தம். மாமா முறை வேணும். அவர் கல்கத்தாவிலே இருக்கார். ஒரு பெங்காலிப் பெண்ணைக் கல்யாணம் கட்டிண்டார். அந்த பெங்காலிப் பொண்ணு உசந்த ஜாதி இல்லைன்னு அம்மா சொல்லியிருக்கா. சொந்தக்காரங்ககிட்டே அவருக்குத் தொடர்பு விட்டுப்போச்சு. அவருக்கு லெட்டர் போட்டு, போன் நம்பரைக் கண்டுபிடிச்சி அவராண்டே பேசிட்டேன். அவசியம் வரேன்னு சொல்லியிருக்கார். ஏற்கனவே அவரை ஜாதிப்பிரஷ்டம் பண்ணிட்டா.இப்ப என்னையும் ஜாதிப்பிரஷ்டம் பண்ணப்போறா அல்லது பண்ணிட்டா. அவர் வாரார். அவரைக் கொஞ்சம் கவனிச்சிக்குங்க. இன்னொரு கெஸ்ட் ஹவுஸ்லே தங்க ஏற்பாடு பண்ணியிருக்கு. என் கூட வேலை பாக்கிறவ மாலினி, முதலியார் வீட்டுப் பொண்ணு. எனக்குத் தோழியா இருக்கப்போறாள். அந்தச் சொந்தக்காரர் பேரு தண்டபாணி. வாய் பேசறவர்னு அம்மா ஏற்கனவே சொல்லியிருக்கா."

"எல்லா வேலையும் வேகமா நடக்குது போல இருக்கே" என்றார் சங்கரலிங்க நாடார்.

"ஆமா. வேலையை ராஜினாமா பண்ணிட்டேன். கல்யாண வேலைகள் நடக்குது. மதியம் விருந்து ஏற்பாடு பண்ணியிருக்கார். முக்கியமானவா வருவா. ஜேம்ஸ் மில்லே வேலை பாக்கிறவங்க கூட்டம் இருக்கும். அப்பாவுக்குக் கல்யாணம் இன்ன தேதின்னு ஒரு தந்தி கொடுத்திருக்கேன். இன்பர்மேஷனுக்காக. ஆனா அவர், நான் அவரை வம்பிக்கிழுக்கிறேன்னு நெனைச்சுப்பார். நெனச்சுண்டா நெனைச்சுக்கிட்டும். எனக்கு நல்ல வாழ்வுதான் கிடைச்சிருக்கு. அப்பா சொல்லி அம்மாஞ்சியைக் கல்யாணம் பண்ணிண்டா என் வாழ்வு நன்னாயிருக்குமா, நீங்களே சொல்லுங்க."

"அதெப்படி நல்லாயிருக்கும். நீங்க அமோகமா வாழ்வீங்க. எனக்கு ஏதாவது வேலை இருந்தா சொல்லுங்க, செய்றேன்."

"எல்லாமே எட்வர்ட் ஜென்னர் பாத்துக்கறார். ஒரு படையே வைச்சிருக்கார். சொன்ன வேலைய செய்றதுக்கு. நமக்குப் பெரிசா ஒண்ணும் வேலை இல்லை."

"கல்யாணத்துக்கப்புறம் வெளிநாடு போறீங்களா"

"முதல்லே ஐடியா இருந்தது. ஆனா, இப்ப யுத்த காலம். அதனாலே போக முடியாது. இந்தியாவுக்குள்ளே சில இடங்களுக்குப் போகலாம்னு சொல்லியிருக்கார்" என்றாள் அம்பிகா.

❖ ❖ ❖

29

கல்கத்தாவிலிருந்துதண்டபாணிமனைவியுடன் வந்துவிட்டார். சங்கரலிங்க நாடார் அவர்களைப் பார்க்க, அவர்கள் தங்கியிருக்கும் இடத்திற்கு வந்தார். வாசலில் சிவப்பாக, ஒல்லியாக ஒரு மனிதர் நின்றுகொண்டிருந்தார்.

"நான் சங்கரலிங்க நாடார். உங்களைப் பாக்க வந்தேன்."

"ஆமாம், அம்பிகா சொன்னாள், நீங்க வருவேள்னு. உள்ளே வாங்க."

இருவரும் உள்ளே நுழைந்து வரவேற்பறையில் உட்கார்ந்தார்கள்.

"என்ன பண்றேள்."

"நான் பஞ்சு வியாபாரம் பண்றேன். ஜேம்ஸ் மில்லுக்குப் பஞ்சு சப்ளை பண்றேன். கொள்முதல் நிறைய பண்ணினா மத்த சின்ன மில்களுக்கும் சப்ளை பண்றேன்."

"நான் கல்கத்தாவிலே ஒரு மருந்துக்கம்பெனியிலே சூப்பர்வைசரா இருக்கேன். பெரிய கம்பெனி. வேலைக்குப் போன இடத்திலே ஒரு பெங்காலிப் பொண்ணைக் கல்யாணம் கட்டிண்டேன். உன்னை வேலை பாக்க அனுப்பிச்சேனா. கல்யாணம் கட்ட அனுப்பிச்சேனான்னு அப்பா கேட்டார்.பெங்காலிப் பெண்ணுன்னு சொன்னேன். பிராமணாளான்னு கேட்டார். இல்லைன்னு சொன்னேன். உன்னைத் தலைமுழுகிட்டேன்னுட்டார்.லெட்டர்போட்டேன். பதில் இல்லை. பல லெட்டருக்குப் பின்னே ஒரு லெட்டர் வந்துச்சு, 'காரியம் பண்ணியாச்சு; இனி லெட்டர் போடாதேன்னு' பின்னாலே அவரும் இறந்து போனார். என் வொய்ப்பைக் கூப்பிடறேன்... ஆஸி... ஆஸி..." என்றார்.

உள்ளேயிருந்து அவர் மனைவி வந்தாள். வாட்டசாட்டமாக இருந்தாள். ஒடிசலான கணவரை இரண்டு கைகளாலும் தலைக்கு மேலே தூக்கிவிடுவாள் போலிருந்தாள். கழுத்தில் கருகமணி அணிந்திருந்தாள். நெற்றியில் பெரிய சிகப்புப் பொட்டு. இவ்வளவு பெரிய சிகப்புப் பொட்டை இந்தப் பகுதியில் யாரும் வைத்துக்கொள்வதில்லை.

"இவர் சங்கரலிங்க நாடார். அம்பிகாவுக்கு வேண்டப்பட்டவர். மாப்பிள்ளை எட்வர்ட் ஜென்னர் மில்லுக்குப் பஞ்சு சப்ளை பண்றார்."

"இவ தமிழ் புரிஞ்சுக்குவா. கல்கத்தாவிலே தமிழ் பேசும் பகுதியிலேதான் இவுங்க குடும்பம் குடியிருந்தது. நாங்க தமிழ் பேசித்தான் காதல் பண்ணிண்டோம். பேரு ஆஸி. ஆஸின்னா அழகானவள்னு அர்த்தம். பாத்தேளா சிரிச்சுண்டே இருக்கா..."

சங்கரலிங்க நாடார் சிரித்தார். "அவ்வளவு தூரத்திலேருந்து வந்திருக்கிங்களே."

"அம்பிகா எழுதியிருந்தா. போன்லேயும் பேசினா. ஜேம்ஸ் மில் எட்வர்ட் ஜென்னரைக் கல்யாணம் பண்ணிக்கப் போறதாவும் அப்பா ஒப்புக்கலைன்னும் சொன்னா. உடனே கல்யாணத்திலே கலந்துக்கணும்னு தோணிடுத்து. இவ்வளவு போதாதா எனக்கு. நம்ம ஆத்துப் பொண்ணு, ஒரு பிரிட்டிஷ்காரரை, கிறிஸ்தவரைக் கல்யாணம் பண்ணிக்கப் போறான்னு தெரிஞ்சதும் எனக்கு உற்சாகமும் சந்தோஷம் தாங்கலே... ஏன்னு சொல்லுங்க..."

"நீங்களே சொல்லிடுங்க. எனக்கு ஒண்ணும் தெரியலை. முற்போக்கான எண்ணம் கொண்டவர்னு தெரியுது."

"ஆமா... நான் கம்யூனிஸ்ட் சித்தாந்தங்கள்ளே நம்பிக்கையுள்ளவன். ஜாதி, மதம் கிடையாது. உலகத்துலே முதலாளி, தொழிலாளின்னு ரெண்டு வர்க்கம்தான் இருக்கு. ரஷ்யாவிலே நடந்த மாதிரி புரட்சி நடக்கணும். ஆனா, இங்கே இந்தியாவுலே காங்கிரஸ், முஸ்லீம் லீக் பெரிய கட்சிகள். காந்தி அகிம்சையைப் போதிக்கிறார். எப்படிப் புரட்சி வரும்? ஜனங்க தயாராகணும்ல..."

"ஆனா, அங்கே ஜனநாயகம் இல்லைன்னு சொல்றாங்களே..."

"எதுக்கு ஜனநாயகம்? தொழிலாளி வர்க்கம் மக்களாட்சியை நடத்துது. மக்களாலே மக்களுக்காக நடத்தப்படுது. பாருங்க... ஏழை, பணக்காரன் இல்லை. எல்லோரும் சமம். எல்லாம் அரசாங்கத்துக்குச் சொந்தம். கொஞ்ச காலத்துலே 'ஸ்டேட் வில் விதர் அவே'. அதாவது, ஸ்டேட்ங்கிறதே உதிர்ந்துரும். அப்ப

ஜனங்களே ஆண்டுக்குவாங்க... பாருங்க, என்ன புதுமையெல்லாம் நடக்கப்போகுதுன்னு. இப்ப நடக்கறது டிக்டேட்டர்சிப் ஆப் புராலிடேரியட். தொழிலாளிகளின் சர்வாதிகாரமாக்கும்."

சங்கரலிங்க நாடாருக்குப் பல விஷயங்கள் புரியவில்லை. "அய்யா எனக்கு அரசியல் சித்தாந்தங்கள் அவ்வளவா தெரியாது. கேள்வி ஞானம்தான். ஓரளவுக்கு மேலே என்னால் புரிஞ்சுக்க முடியலே."

"கம்யூனிஸ்ட் சித்தாந்தம் புரியறதுக்குப் படிக்கணும். நீங்க இன்னொரு நாள் வர்றப்ப உங்களுக்கு 'தனியுடமை ஒழிப்பு', 'தியரி ஆப் சர்ப்ளஸ் வால்யூ' பத்தி கிளாஸ் எடுக்கறேன்."

அவருடைய மனைவி ஆஸி டீ கொண்டுவந்து வைத்தாள். சங்கரலிங்க நாடாரும் தண்டபாணியும் குடித்தார்கள்.

"மீனாட்சி அம்மன் கோயில் பாக்கறீங்களா" என்றார் சங்கரலிங்க நாடார்.

"சாமி கும்பிடறது கம்யூனிசம் கிடையாது. உங்களுக்கு 'டயலக்டிகல் மெட்டீரியலிசம்' பத்தி முதல்லே கிளாஸ் எடுத்துட்டுத்தான் பிறகு மத்ததைப் பத்திப் பேசணும்."

"சரி, நேரம் ஆச்சு. ரெஸ்ட் எடுங்க. நான் கிளம்பறேன். இன்னொரு தடவை வாரேன். நிறைய விஷயங்கள் உங்கள்ட்டே யிருந்து தெரிஞ்சுக்க வேண்டியிருக்கு" என்று சொல்லி விடை பெற்றுக்கொண்டார்.

சங்கரலிங்க நாடார் நேரே தன்னுடைய ஆபீசிற்கு வந்தார். சுப்பா ரெட்டியார் உட்கார்ந்திருந்தார். களைப்பாக நாற்காலியில் சாய்ந்தார். "என்ன ரொம்ப களைப்பாயிருக்கீங்க... அலைச்சலா" என்றார் ரெட்டியார்.

"உனக்கு கம்யூனிசம் பத்தி தெரியுமா" என்று ரெட்டியாரிடம் கேட்டார்.

"எனக்குத் தெரியாது" என்றார் ரெட்டியார்.

"பிஸிக்ஸ், கெமிஸ்ட்ரி மாதிரி அதுவும் கஷ்டமா இருக்கும் போல இருக்கே. டீ குடிச்சிட்டுத்தான் வந்தேன். இன்னொரு டீ குடிச்சா நல்லாயிருக்கும் போல இருக்கு" என்று நாற்காலியில் கண்மூடி சாய்ந்தார் சங்கரலிங்க நாடார். பிறகு, தண்டபாணியைச் சந்திக்கச் செல்லவில்லை.

❖ ❖ ❖

30

திருமணத்திற்கு சங்கரலிங்க நாடார், சரஸ்வதி பட்டு உடைகளில் வந்திருந்தார்கள். ராகவனின் சட்டை மட்டும் பட்டில் இருந்தது. ஜேம்ஸ் மில் ஊழியர்கள் அதிக அளவில் வந்திருந்தார்கள். பிரிட்டிஷ்காரர்களும் இருந்தார்கள். திருமணம் முடிந்தபின் விருந்து பரிமாறப்பட்டது.

எட்வர்ட் ஜென்னரையும் அம்பிகாவையும் மணக்கோலத்தில் பார்க்க, சங்கரலிங்க நாடாருக்கு மிகுந்த சந்தோஷமாக இருந்தது. ராகவன், விருந்து பரிமாறுவதைமேற்பார்வைசெய்துகொண்டிருந்தான். அம்பிகா பட்டுச்சேலை உடுத்தியிருந்தாள். அவளருகே தோழி மாலினி நின்றிருந்தாள். இந்தத் திருமணச் சமயத்தில்தான் மாலினியை சங்கரலிங்க நாடார் பார்க்கிறார். அவள், அம்பிகாவைக் காட்டிலும் வயது குறைந்தவளாக இருந்தாள். சிரித்த முகத்துடன் இருந்தாள். பேசும்போதே சிரிப்பு முகத்தில் தவழ்ந்தது.

விருந்தும் நன்றாக இருந்தது. கூட்டத்திற்குள் தண்டபாணியைப் பார்த்தார். அவர் கண்களில் படக்கூடாது என்று வேறு பக்கம் சென்றுவிட்டார். ஆனால், எப்படி என்று தெரியாத சந்தர்ப்பத்தில் சங்கரலிங்க நாடாரும் தண்டபாணியும் நேருக்கு நேர் சந்தித்துக்கொண்டார்கள். "சாப்பாடு பிரமாதம். மீன் வறுவல் நன்றாக இருந்தது" என்றார் தண்டபாணி.

"மீனா... மீன் சாப்பிடுவீங்களா" என்றார் சங்கரலிங்க நாடார்.

"பெங்கால்லே பிராமணாளுக்கு மீன்தானே முக்கிய உணவு. தெரியாதா உங்களுக்கு..."

"அங்க பிராமணாள் மீன் சாப்பிடுவாங்களா"

"சாப்பிடுவா. சின்னக் குழந்தையிலிருந்து பெரியவா வரை சாப்பிடுவா. நீங்க மீண்டும் என்னைப்

பாக்க வருவேன்னு நினைச்சேன். வந்திருந்தா சுருக்கமான முறையிலே பாடம் நடத்திப் புரிய வைச்சிருப்பேன்."

"எனக்கும் வர ஆசைதான். பல வேலைகள் குறுக்கே வந்துருச்சு. நீங்க எப்ப போறீங்க"

"நாளைக்கே கிளம்பறேன். இன்னொரு சந்தர்ப்பம் வரும். பாப்போம்."

சங்கரலிங்க நாடாருக்கு நிம்மதியாக இருந்தது. சரஸ்வதி கூறியபடி, வாங்கியிருந்த சில நகைகளை அம்பிகாவிற்குப் பரிசளித்தார்.

திருமணமாகி இரண்டு நாட்கள் கழித்து சங்கரலிங்க நாடாரை குவாட்டார்சுக்கு அம்பிகா வரச்சொல்லியிருந்தாள். எட்வர்ட் ஜென்னர் வசித்த குவார்ட்டர்சில்தான் இருவரும் வசிக்கிறார்கள். அவர் குவார்ட்டர்சுக்குச் சென்றார். ஊழியர், வரவேற்பறையில் அமரச் சொல்லிவிட்டு உள்ளே சென்றார். அவர் அமர்ந்தார். திடீரென உள் அறையிலிருந்து அம்பிகா வெளிப்பட்டாள். இரண்டு நாட்களில் அம்பிகாவின் தோற்றம் மாறிவிட்டதாக அவருக்குத் தோன்றியது. தலையில் மல்லிகைப்பூ சரங்களைச் சூடியிருந்தாள். பொலிவாக, கூடுதல் அழகாக இருந்தாள். பெண்கள் திருமணமான பின் எப்படி இப்படி மாறிவிடுகிறார்கள் என்ற சிந்தனை ஓடிற்று. அவள் சிரித்த முகத்துடன் அவர் எதிரே அமர்ந்தாள்.

"நாங்க ரெண்டு பேரும் இந்தியா டூர் போறம். எப்ப திரும்ப வர்றதுன்னு இனிமேதான் முடிவு பண்ணனும். நான் திரும்பி வர்றதுக்குள்ளே நீங்க சில வேலைகள் பாத்து வைச்சேள்னா எனக்கு சந்தோஷமாக இருக்கும்."

"சொல்லுங்க. நான் கடமைப்பட்டிருக்கேன்."

"எனக்கு சில திட்டங்கள் இருக்கின்றன. பெண்களின் முன்னேற்றத்திற்கு, மக்களின் சமூக வாழ்வுக்குப் பயன் தரும் வகையில் ஏதாவது செய்யவேண்டும்னு நினைக்கிறேன். அனாதைக் குழந்தைகளைப் பராமரிக்கணும்னு நினைக்கிறேன். குறைந்த கட்டணத்தில் சிகிச்சையளிக்கிற ஆஸ்பத்திரி ஒன்று கட்டணும்னு நினைக்கிறேன். பெண்களுக்கு என்று முதலில் ஆரம்பப் பள்ளி ஆரம்பித்து, பிறகு அதை வளர்த்துச் செல்ல வேண்டும்னு நினைக்கிறேன். இதற்கெல்லாம் நிலம் வேண்டும். நகரத்திற்கு ரொம்ப தூரத்தில் இல்லாமல் நகரத்தை ஒட்டி இடம் பாருங்கள். முப்பத்தைந்து ஏக்கர் ஒருசேர இருக்க வேண்டும். சில இடங்களை செலக்ட் பண்ணி வையுங்க. நான் வந்து பாத்துண்டு, எட்வர்ட் ஜென்னரைக் கலந்துண்டு வாங்கிடலாம்."

“என்ன பெரிய மனசு உங்களுக்கு. என்ன தர்ம சிந்தனை. எனக்கு இதுதான் வேலை. இடம் கிடைக்கும். நான் பாத்து வைக்கறேன்.”

“அப்புறம் அக்ரஹாரத்துலே என் பெயர்லே இருக்கற வீட்டை என்ன செய்யலாம்”

“அது உங்க பரம்பரையா வந்த சொத்து. அது பாட்டுக்கு ஒரு பக்கம் இருந்துட்டுப் போகட்டும்.”

“சும்மா பிரயோஜனம் இல்லாம வீட்டை வைச்சிருந்து என்ன செய்ய. இடிச்சிருலாமா ...”

“என்னம்மா சொல்றீங்க, பரம்பரைச் சொத்து. ஞாபகர்த்தமா இருக்கட்டும். இடிச்சு என்ன செய்ய”

“நிறைய பிராமண விதவைகள் சிறுமிகளாகவும், இளம் பெண்களாகவும் இருக்கா. அவாளுக்கு ஹாஸ்டல் மாதிரி ஒரு கட்டடம் வேணும்னு நினைக்கிறேன். இப்ப இருக்கற வீட்டோட அமைப்பு அதுக்குப் பொருத்தமா இருக்காது. மாடி சேத்து ஒரு புதுக் கட்டடம் அறைகளோடு கட்டுவோம். அந்த இடத்திலே அவாளை குடி வைப்போம். சாப்பாடு இலவசமா தருவோம். தங்குமிடமும் இலவசமா கொடுப்போம். அவா உதவி தேவைப்படும் நிலையிலே இருக்கா. நான் முதல்லே எல்லா ஜாதிக்காராளும் இருக்கற மாதிரி ஹாஸ்டல் கட்டுவோம்னுதான் நினைச்சேன். ஆனா அக்ரஹாரத்திலே வீடு இருக்கறதாலே ஏதாவது பிரச்சினை பண்ணுவா. அதனாலே முதல்லே பிராமண விதவைகளைக் குடி வைப்போம். பிறகு, கால மாற்றத்திலே வேற ஆட்களையும் குடி வைக்கறதைப் பத்தி யோசிப்போம். ஆனா, அந்த பிராமண விதவைகளே பிற ஜாதி விதவைகளோட சேந்து இருக்க விரும்பமாட்டா. நான் ஒரு புள்ளிவிபரம் படிச்சேன். பிராமண விதவைகள்தான் அதிகமா இருக்கா. அதுவும் சிறுமிகளா இருக்கா. அதனாலே அந்த வீட்டை இடிச்சிருங்க. நாங்க டூர் போயிட்டு வந்து பாக்கறப்ப வெறும் தரையா இருக்கணும். எட்வர்ட் ஜென்னரோடு கார்லே வந்து இறங்கி அந்த இடத்தைப் பாக்கனும்.”

“உங்க எண்ணமெல்லாம் பெரிசா இருக்கு. வேற யாரும் இப்படியெல்லாம் யோசிக்கமாட்டாங்க. ஆனா நீங்க ஊர்லே இல்லாத நிலையிலே நான் போயி வீட்டை, அக்ரஹாரத்துக்குள்ளே இருக்கற வீட்டை இடிச்சா, அக்ரஹாரத்துலே உள்ள ஜனங்கள் என்ன ஏதுன்னு கேக்கமாட்டாங்களா”

“இடுப்புலே பிச்சுவா வைச்சிருக்கிங்களா”

“வைச்சுருக்கேன்.”

“அதை எடுத்துச் சுழட்டுங்க, சிதறிப் போயிருவா” என்று சிரித்தாள்.

சங்கரலிங்க நாடார் சங்கடமாக நெளிந்தார். “நான் சும்மா ஒரு தோரணைக்குத்தானே வச்சுருக்கேன்” என்றார்.

“இருங்க. நான் அதுக்கும் ஒரு ஐடியா வைச்சிருக்கேன். நீங்கதான் வீடு கட்ற காண்ட்ராக்டர். நான் வீட்டு உரிமையாளர். இந்த வீட்டை இடிச்சு அந்த இடத்துலே கட்டடம் கட்டறதுக்கு உங்களோட நான் ஒரு ஒப்பந்தம் போடறேன். அந்த வேலையை உங்கள்ட்டே ஒப்படைக்கிறேன். ஒப்பந்தம் தயார் பண்ணிண்டு இருக்கா. சர்வே நம்பர், டோர் நம்பர்லாம் போட்டு இப்ப இருக்கிற வீட்டை இடிச்சு, புதுவீடு கட்டறதுக்கான காண்ட்ராக்டை சங்கரலிங்க நாடாருக்கு வீட்டின் உரிமையாளரான அம்பிகா எட்வர்ட் ஜென்னர் கொடுக்கிறான்னு தயாராயிண்டு இருக்கே. நாங்க டூர் போறதுக்குள்ளே நாம ரெண்டு பேரும் காண்ட்ராக்ட்லே கையெழுத்துப் போட்டு ஆளுக்கு ஒரு காப்பி வைச்சுக்குவோம். நீங்க போயி வீட்டை இடிங்க. யாராவது கேட்டா இந்த ஒப்பந்தத்தைக் காண்பிங்க. அதையும் மீறி பிரச்சினைன்னா எட்வர்ட் ஜென்னர் ஆபீஸ்லே சொல்லுங்க. அவா பாத்துக்குவா. நடக்கறது பிரிட்டிஷ் ஆட்சி. உங்களுக்குத் தேவையான அட்வான்ஸ் பணத்தை காண்ட்ராக்ட்லே கையெழுத்துப் போடறப்ப வாங்கிங்க. அப்பப்ப தேவைப்படற பணத்தை ஆபீஸ்லே வவுச்சர்லே கையெழுத்துப் போட்டு வாங்கிக்கங்க. நான் ஆபீசுலே சொல்லிட்டேன். வேறென்ன வேணும்...”

‘அன்றைக்கு காங்கிரஸ் கட்சிக் கூட்டத்துலே பார்த்த பெண். ஸ்ரீரங்கம் ஆலய நுழைவுக் கலவரத்திலிருந்து ஓடிவந்த பெண். பொற்றாமரைக்குளத்தில் தயங்கிக்கொண்டே எட்வர்ட் ஜென்னரை விரும்பிய விஷயத்தைச் சொன்ன பெண். பெற்றோர்களின் உறவைத் துண்டித்துவிட்டு காரில் அழுதுகொண்டே வந்த பெண். இன்றைக்கு முதிர்ந்து இருக்கிறாள். திருமணமான பெண். ஜேம்ஸ் மில்லின் ஜி.எம். எட்வர்ட் ஜென்னரின் மனைவி. சங்கரலிங்க நாடாருக்கு என்ன செய்வதென்றே தெரியவில்லை. தன்னுடைய வாழ்வு நிலையை மாற்றியிருக்கிறாள். பஞ்சு வியாபாரியாக மாற்றியிருக்கிறாள். கார் இருக்கிறது. ஆபீஸ் இருக்கிறது. ஊழியர்கள் இருக்கிறார்கள். அம்பிகாவின் வாழ்வில் அவள் நிகழ்த்தவிருக்கும் அற்புதங்களுக்கும் பிற்காலத்தில் நிலைபெறப் போகும் அவளின் புகழுக்கும் உதவியாக இருந்தவன் இந்த சங்கரலிங்க நாடார் என்று யாராவது சொன்னால் போதும்’ என்றெல்லாம் அவருக்குத் தோன்றியது.

"சரி, நீங்க சொன்னபடி செய்றேன். உங்க விருப்பத்தை நிறைவேத்தறது எனக்கு முக்கியம். நீங்க என்ன உங்களுக்கா செஞ்சுக்கிறீங்க. ஊருக்குச் செய்றீங்க. உங்களுக்கு உதவி செய்றது – அதுகூட தப்பு – உங்களுக்கு உழைக்கிறதுலே எனக்குப் புண்ணியம் சேரட்டும்" என்றார் சங்கரலிங்க நாடார்.

"ஒப்பந்தம் தயாரானதும் உங்களுக்குத் தகவல் சொல்றேன். ரங்கசாமி நாயுடுதான் இந்தக் காண்ட்ராக்ட் பத்திரம் தயார் செய்யும் பொறுப்பை ஏத்துண்டிருக்கார். அவருக்கு ஏதாவது சந்தேகம்னா அவர் உங்களைக் கூப்பிடுவார். நீங்க ஒரு சிவில் இஞ்சினியரைக் கூட்டிண்டு போயி இடத்தைக் காண்பிச்சு, பிளான் ரெடி பண்ணி வைச்சிருங்க. நான் வந்தப்பறம் பாத்துண்டு அப்புறம் கட்டடம் கட்டிக்கலாம்."

வெளியே வாசலில் சத்தம் கேட்டது. திரும்பிப் பார்த்தார். இவர்கள் பேசிக்கொண்டிருக்கையில் வரலாமா என்ற தயக்கத்தில் மாலினி சிரித்தவாறே நின்றிருந்தாள். "அக்கா வரலாமா" என்றாள் மாலினி.

"வா" என்றாள் அம்பிகா. பின்னால் தோழிகள் கலகல என்று சிரித்துக்கொண்டே உள்ளே வந்தார்கள்.

"இந்திப்படக் கதாநாயகன் மாதிரி இருக்காரு உன் வூட்டுக்காரர்" என்றாள் ஒருத்தி. "நல்ல உயரம், தேகக்கட்டு, கருமுடி, நெற்றியில் சரியும் முடி, பழுப்புக் கண்கள், ஜேம்ஸ் மில்லின் ஜி.எம்., லண்டன் எஸ்டேட்டின் ஓனர். இன்னும் என்னென்னா சொல்ல" என்றாள் இன்னொருவள். வெட்கப்பட்டுக்கொண்டே மகிழ்ச்சியாக இருந்தாள் அம்பிகா. ஒரே சிரிப்பும் கும்மாளமுமாக இருந்தது.

சங்கரலிங்க நாடார் 'சூழ்நிலையின் பொருட்டு புத்திசாலிப் பெண்கள் மாற்றம் கொள்வது இப்படித்தான் இருக்கும் போலிருக்கு' என்று நினைத்துக்கொண்டார். கொஞ்ச நேரத்துக்கு முன் முதிர்ச்சியான பெண். இப்போது விளையாட்டுப் பெண்.

❖ ❖ ❖

31

ரங்கசாமி நாயுடு முன் சங்கரலிங்க நாடார் உட்கார்ந்திருந்தார். "ஜி.எம். வொய்ப் சொன்னபடி ஒப்பந்தப் பத்திரம் தயார் பண்ணியிருக்கேன். அட்ரஸ், சர்வே எண், கதவு எண், நீள அகலம், நான்குமால் எல்லாம் சரி பாத்திட்டேன். உங்களுக்கும் அவுங்களுக்கும் ஒப்பந்தம். படிச்சுப் பாருங்க."

"நீங்க நிர்வாகத்துலேயே இருந்து பல வேலைகளுக்குப் பழக்கப்பட்டவர். நீங்க எழுதினா சரியாத்தான் இருக்கும்."

"உங்க அட்ரஸ், அப்பா பேரு எல்லாம் கரெக்டா இருக்கான்னு பாத்துட்டுக் கொடுங்க. அட்வான்ஸ் தொகைன்னு போட்டிருக்கேன். இடிக்கிற செலவு மட்டும்தான் இப்ப. மேற்கொண்டு தேவைன்னா மேடம் கொடுக்கச் சொல்லியிருக்காங்க."

அந்த ஒப்பந்தத்தைக் கையில் வாங்கி லேசாகப் பார்த்துவிட்டு அவரிடமே திருப்பிக் கொடுத்தார் சங்கரலிங்க நாடார்.

"ஜி.எம்மும் மேடமும் டூர் போயிட்டு வந்த பிறகு புதுக்கட்டடம் கட்டற வேலையையும் உங்கள்ட்டேதான் ஒப்படைக்கப் போறதா சொல்லியிருக்காங்க. முதல்லே பஞ்சு வியாபாரி. இப்ப கட்டட காண்ட்ராக்டர் ஆகப்போறீங்க. மேலே மேலே போறது மகிழ்ச்சிதான். நீங்க இப்ப ஜி.எம்முக்கு நெருக்கமாயிட்டீங்க. பஞ்சு வாங்குனதுக்கு பில் கொடுக்கறப்ப எனக்கு ஒரு கவர் கொடுப்பீங்க. அது நானா கேட்டதில்லை. நீங்களா கொடுக்கறதுதான். மேடத்துகிட்டேயோ, ஜி.எம்.கிட்டேயோ வார்த்தையை வுட்றாதீங்க. என் வேலை போயிரும்."

"என்ன நாயுடு இதையெல்லாம் போய் சொல்லுவாங்களா. இது வியாபாரத்திலே ஒரு

பகுதி. நீங்கதானே எனக்குத் தொழில் சொல்லிக்குடுத்தீங்க. அதையெல்லாம் நான் மறக்கமுடியுமா...”

‘சரி, மேடம் ப்ரியா இருக்காங்களான்னு தெரியலை. போன் பண்ணி கேக்கலாமான்னும் தெரியலை. அவுங்க போக்கு இனிமேதான் எனக்குப் பிடிபடும். நிர்வாகத்துலே கறாரா இருக்காங்கன்னு சொல்றாங்க. நானும் ஒன்றிரண்டு சம்பவத்துலே பாத்தேன். அப்படித்தான் தெரியுது. ஆள் அனுப்பிக் கேட்டு வரச்சொல்றேன்...” என்று சொல்லி ஒப்பந்தப் பத்திரம் கையெழுத்து வாங்க வரலாமான்னு கேட்டுவரச் சொல்லி ஒரு ஊழியரிடம் சொன்னார். அவர் தயங்கிக்கொண்டே நின்றார்.

“சத்தம் போட்டாங்கன்னா என்ன செய்யறது. என்னை அவுங்களுக்கு யாருன்னு தெரியாதே” என்றார் அந்த ஊழியர்.

நாயுடு சிந்தனைவயப்பட்டார். தலையைச் சொறிந்துகொண்டார். “போனே பண்ணிருவோம்” என்று சொல்லி நம்பரைச் சுழற்றினார். போன் மணி அங்கு அடிக்கிறது போல. நாயுடுவிற்கு முகம் வியர்த்துவிட்டது. சங்கரலிங்க நாடார் நாயுடுவைப் பார்த்துக்கொண்டிருந்தார். மறுமுனையில் எடுத்துவிட்டது இவர் முகத்தில் தெரிந்தது. “நமஸ்காரம் மேடம். நான் நாயுடு பேசறேன். வீடு இடிக்கிற காண்ட்ராக்ட் ரெடியா இருக்கு. நாடாரும் வந்துருக்காரு. மேடம் ப்ரியா இருந்தா கையெழுத்து வாங்கியிரலாம்.” சற்று குழறிப் பேசினார்.

“ஆமா மேடம், ரெண்டு காப்பி ரெடியா இருக்கு. மேடத்துக்கு அதுலே ஏதாவது திருத்தம் தோணுச்சுன்னா உடனே அடிச்சுக்கொண்டு வாரேன்... அரை மணிநேரம் கழிச்சா... சரிங்க மேடம். அரைமணி நேரம் கழிச்சு நாடாரையும் கூட்டிட்டு வந்துர்றேன்.” நாயுடு துண்டால் வியர்வையைத் துடைத்துக்கொண்டார்.

“அரை மணிநேரம் கழிச்சி வரச்சொல்லியிருக்காங்க மேடம். இப்ப மணி 11.40 அரைமணி கழிச்சுன்னா 12.10க்கு இங்கிருந்து கிளம்புவோம்” மேசை மேலிருந்த நோட்டில் ஞாபகத்திற்காக 12.10 மணி என்று எழுதினார் நாயுடு.

அம்பிகாவிற்குக் கிடைத்துள்ள உயர்வு அவருக்கு ஆச்சரியமாகவும், பெருமையாகவும் இருந்தது. நாயுடு நிலைகொள்ளாமல் தவித்தார். அடிக்கடி அந்தக் காண்ட்ராக்ட் பத்திரத்தை எடுத்துப் படித்து சரிபார்த்துக்கொண்டார். காண்ட்ராக்ட் பத்திரம் அடிப்பதற்காக ஒரிஜினல் வீட்டுப் பத்திரத்தை நாயுடுவிடம் கொடுத்திருந்தார்கள். அதையும் தவறாது எடுத்துச் சென்று கொடுத்துவிட வேண்டும் என்று நினைத்தார்.

12.10 மணி ஆகியதும், நாற்காலியை விட்டு எழுந்தார். துண்டு கீழே விழுந்தது. அதை எடுத்துத் தோளில் போட்டவர், பிறகு அதை எடுத்து நாற்காலியில் போட்டார். "வாங்க, போவோம். அரை மணிநேரம் ஆச்சு" சங்கரலிங்க நாடாரைக் கூட்டிக்கொண்டு நடந்தார்.

குவார்ட்டர்சுக்கு வெளியே இருவரும் நின்றார்கள். வந்த ஊழியரிடம் தகவல் தெரிவிக்குமாறு சொல்லிவிட்டார். உள்ளிருந்து அம்பிகா வெளியே வந்தாள். நறுமணம் வீசியது. "ஏன் வெளியே நிக்கறீங்க, உள்ளே வாங்க ..." இருவரும் வரவேற்பறைக்குள் வந்தார்கள். சங்கரலிங்க நாடார் நாற்காலியில் உட்கார்ந்துவிட்டார். நாயுடு நின்றுகொண்டிருந்தார். "உட்காருங்க நாயுடு."

"உட்கார்ந்தால் ரெக்கார்டை காமிக்க வசதியா இருக்காது" என்று சொல்லிக்கொண்டே காண்ட்ராக்ட் பத்திரத்தை அம்பிகாவிடம் கொடுத்தார். அம்பிகா அதைப் படித்தாள்.

"பத்திரம் கொண்டாந்திருக்கேளா."

"கொண்டாந்திருக்கேன் மேடம்."

"பத்திரத்தைப் பாத்து சர்வே நம்பர், பரப்பு, நீள அகலம், நான்குமால் சொல்லுங்க. சரியா எழுதியிருக்கேளான்னு பாப்போம்."

நாயுடுவிற்கு வியர்க்க ஆரம்பித்தது. பத்திரத்தின் அந்தப் பக்கத்தைப் பிரித்து வாசித்தார். அம்பிகா ஒவ்வொன்றாகச் சரி பார்த்தாள். "இன்னொரு காப்பியையும் கொடுங்க" என்று அதையும் வாங்கி இரண்டும் ஒன்றாக இருக்கிறதா என்று பார்த்தாள்.

"எங்கே கையெழுத்துப் போடணும்"

"கீழே லெப்ட்லே."

"அவரு ரைட்லே கையெழுத்துப் போடணுமா ..."

அந்த ஒப்பந்தத்தை நாயுடுவிடம் அவள் கொடுத்தாள். "முதல்லே சங்கரலிங்க நாடார்ட்டே வாங்குங்க." நாயுடு பவ்வியமாக வாங்கி உட்கார்ந்திருந்த சங்கரலிங்க நாடாரிடம் கையெழுத்து வாங்கினார். பிறகு, அம்பிகாவிடம் கொடுத்தார். அம்பிகா வாங்கி கையெழுத்திட்டு ஒரு காப்பியை சங்கரலிங்க நாடாரிடம் கொடுத்தாள்.

நாயுடுவைப் பார்த்து, "இந்த காண்ட்ராக்ட் பத்திரத்தை நீங்க வைச்சுக்குங்க. நான் அவருக்கு அதிகாரம் கொடுத்திருக்கேன். யாராவது வில்லங்கம், பிரச்சினைன்னு வந்தா சங்கரலிங்க நாடார் பாத்துக்குவாரு. மீறி ஏதாவது ஒண்ணுன்னா போலீஸ்

வரைக்கும் போயிருங்க. அந்த ஒரிஜினல் பத்திரத்தை என்கிட்டே கொடுத்திருங்க நாயுடு...”

நாயுடு பவ்யமாக அந்தப் பத்திரத்தைப் பிரசாதம் கொடுப்பதைப் போல இரண்டு கைகளாலும் ஏந்திக் கொடுத்தார். அம்பிகா அதை எடுத்துக்கொண்டாள்.

“நாயுடு, நீங்க உங்க வேலையைப் பாருங்க. சங்கரலிங்க நாடார் இங்கே இருக்கட்டும். அவர்ட்டே இடம் சம்பந்தமா பேசணும்.”

“அப்படியே ஆகட்டும் மேடம்” அவர் வரவேற்பறையை விட்டு வெளியே சென்றார். அம்பிகாவும் சங்கரலிங்க நாடாரும் மட்டும் இருந்தார்கள்.

அம்பிகா சத்தம் போட்டுச் சிரித்தாள். “எப்படி கறாரா நிர்வாகம் பண்றேனா” என்றாள்.

“நீங்க நடந்துக்கறதைப் பாத்து எனக்கே பயம் வந்துருச்சு. எட்வர்ட் ஜென்னரின் மனைவி அம்பிகா. மன்னிக்கனும் எங்க ஜி.எம்.மோட மனைவி.”

“நீங்க எப்படின்னாலும் சொல்லலாம். டூர் புரோகிராம் போட்டுண்டு இருக்கா. நீங்க இப்ப இருந்தே உங்களுக்கு சௌரியப்படறப்ப நான் சொன்ன மாதிரி முப்பத்தைஞ்சு ஏக்கர் நிலம் கிடைக்குதான்னு பாருங்க. ஏரியா கொஞ்சம் கூடக்குறைய இருந்தாலும் பரவாயில்லை. இடம் பாத்து செலக்ட் பண்ணப்புறம் கட்டடம் கட்டவேண்டியதுதான். நீங்கதான் எல்லாத்தையும் செய்யீங்க. சீக்கிரத்துலே எல்லாக் கட்டடத்தையும் கட்டிடணும். என்ன அம்பிகா எட்வர்ட் ஜென்னர் பணத்தை எடுத்து செலவழிக்கிறாள்னு நினைக்காதீங்க. நானும் அவரும் சேர்ந்து பிளான் பண்ணியிருக்கோம். ஓர் அறக்கட்டளை துவங்கப் போறோம். அதுக்கு பிரிட்டன்லே இருந்தும் பிற வெளிநாடுகளிடமிருந்தும் உள்நாட்டிலிருந்தும் நிதி திரட்டறோம். அதுக்கான வேலைகள் ஆரம்பிச்சாயிடுத்து. சவிதா அறக்கட்டளைன்னு பேரு வைச்சுருக்கோம்.”

“சவிதாங்கிறது யாரு”

“எனக்குப் பொறக்கப் போற மகள்.”

“நல்லா இருங்க. நீங்க நினைக்கறது நடக்கட்டும். நீங்க சாதாரண மனுஷி இல்லை. வித்தியாசமானவங்க. நல்லவங்க, கருணை உள்ளவங்க, தைரியமானவங்க.”

“போதும் போதும்” என்று சிரித்தாள் அம்பிகா. “எப்ப அக்ரஹார வீட்டை இடிக்கப் போறீங்க?”

“இப்பத்தானே காண்ட்ராக்ட் ரெடியாயிருக்கு. ரெண்டு மூணு நாள்லே வேலை ஆரம்பிச்சிற வேண்டியதுதான். கொத்தனார், கூலி ஆட்களை ரெடி பண்ணனும். அவ்வளவுதான்.”

“தண்டபாணி மாமா உங்களைப் பத்திச் சொன்னார்.”

“என்ன சொன்னார்”

“அவர் சொல்றதையெல்லாம் நீங்க சட்டுனு புரிஞ்சிக் கிட்டீங்கன்னு சொன்னார்.”

இருவரும் சிரித்தார்கள்.

❖ ❖ ❖

32

வேலையாட்களை ஏற்கெனவே வந்து அக்ரஹாரத் தெரு ஆரம்பத்தில் நிற்கச் சொல்லி யிருந்தார் சங்கரலிங்க நாடார். அவர்கள் அதற்கான கருவிகளுடன் வந்திருந்தார்கள். சங்கரலிங்க நாடார் காரில் வந்தார். சைகை செய்தார். அவரின் காரின் பின்னால் அவர்களும் வந்தார்கள். அம்பிகாவின் வீட்டருகே கார் நின்றது. வேலையாட்களிடம் வீட்டைக் காட்டினார். சாவியை எடுத்துக் கதவைத் திறந்தார். எங்கிருந்து இடிக்கத் துவங்கவேண்டும் என்று அவர்களுக்குள் வேலையாட்கள் பேசிக் கொண்டார்கள்.

காரையும் சங்கரலிங்கநாடாரையும் பார்த்து சிலர் வீடுகளிலிருந்து வெளியே வந்து தெருவில் நின்றார்கள். வீட்டில் முதல் இடி விழுந்தது. மற்றவர்களும் இடிக்க ஆரம்பித்தார்கள். அக்ரஹாரவாசிகள் அவர்களுக்குள் பேசிக்கொண்டார்கள். “இந்த வீட்டைக் காரில் வந்திருப்பவர் வாங்கிவிட்டார் போல இருக்கிறதே. என்ன வர்ணம்னு தெரியலையே” என்றார் ஒரு பெரியவர். ஒருவர் சங்கரலிங்க நாடார் அருகில் வந்து, “இது சுப்பிரமணிய அய்யர் வீடு. நீங்க வாங்கீட்டிங்களா? எதுக்கு இடிக்குறீங்க” என்று கேட்டார். “இது சுப்பிரமணிய அய்யர் புத்திரி அம்பிகாவுக்குச் சொந்தமான வீடு. இதை அவுங்க இடிச்சிட்டு புது வீடு கட்டப்போறாங்க” என்றார் சங்கரலிங்க நாடார்.

“இது பாரம்பரிய வீடு. இதைப்போயி ஏன் இடிக்கணும். சுப்பிரமணிய அய்யரும் ஜானகியும் மெட்ராஸ் போயிட்டா. இந்த அம்பிகா செஞ்ச காரியத்தோட அவமானம் தாங்காம. ஒரு வெள்ளைக்காரக் கிறிஸ்தவனைக் கட்டிண்டா. எங்க குலத்தோட பெருமைக்கு உலை வைச்சுட்டா. அவ எப்படிப்பட்ட அறிவு கெட்டவளா இருந்தா இப்படிச்

செய்வா..." என்று பலவாறாகத் திட்டினார் மேல்சட்டையில்லாமல் இருந்த ஒருவர்.

சங்கரலிங்க நாடாருக்குக் கோபம் வந்தது. "இனிமே அவுங்களைப் பத்தி பேசுனா நல்லா இருக்காது. மனுஷ குலம் முன்னேற அவுங்க பாடுபடறாங்க. உங்ககிட்டே ஆசாரந்தான் இருக்கு. ஒரு ஏழையைப் பத்தி என்னைக்காவது நினைச்சிருப்பியா?" என்றார்.

அந்த நபர் நாக்கைத் துருத்தினார். "அக்ரஹாரத்துக்குள்ளே வந்து நிக்கறதே பாபம். நீ ஆட்களைக் கூட்டி வந்து வீட்டை இடிக்கிறியா..." என்று முன்னுக்கு வந்தார். அக்ரஹாரவாசிகள் சங்கரலிங்க நாடாரைச் சுற்றி நின்றார்கள். அவருக்கு ஸ்ரீரங்கம் கோயில் நுழைவின்போது நடந்த வன்முறை நினைவுக்கு வந்தது. காரைத் திறந்து ஒரு கவரை எடுத்தார். "யாராவது முக்கியமான ஆள் இருந்தா முன்னுக்கு வந்து இதைப் படிச்சுப் பாருங்க" என்றார். அத்தோடு, "நான் சட்டப்படி வந்திருக்கேன். யாராவது பிரச்சினை பண்ணினா போலீஸைக் கொண்டுவர வேண்டியிருக்கும்" என்றார். வீண் தகராறைத் தவிர்க்க வேண்டும் என்ற எண்ணத்தில் அவர் இருந்தார்.

ஒருவர் முன்வந்தார். சங்கரலிங்க நாடார் கொடுத்த காண்ட்ராக்ட் பத்திரத்தை வாங்கிப் படித்துப் பார்த்தார். பின், மற்றவர்கள் பக்கம் திரும்பி, "அம்பிகா இந்த வீட்டை இடிச்சிட்டு, புது வீடு கட்றதுக்கு அதிகாரம் கொடுத்திருக்கா" என்றார்.

"இருப்பா. நாம லாயர் சந்தானத்தைக் கூப்பிடுவோம்." என்றார் ஒருவர். ஒரு வீட்டிலிருந்து ஊன்றுகோலுடன் ஒருவர் வெளிப்பட்டார். அவர் கீழே இறங்க உதவி செய்தார்கள். வாட்டசாட்டமாக இருந்தார். அவர் பத்திரத்தைப் படித்துப் பார்த்தார். "இந்த வீடு அம்பிகாவோட தாத்தா சுயசம்பாத்தியம். அவர் இந்த வீட்டை அம்பிகாவுக்கு எழுதிக் கொடுத்திருக்கார். அது நம்ம எல்லோருக்கும் நல்லா தெரிஞ்ச விசயம். இந்த வீட்டை அவ இஷ்டப்படி, விக்கவோ குத்தகைக்கு விடவோ வாடகைக்கு விடவோ இடிச்சிட்டு புதுவீடு கட்டவோ சட்டப்படி அவளுக்கு அதிகாரம் இருக்கு. அந்த அதிகாரத்தை வைச்சு இடிச்சு புதுவீடு கட்றதுக்கு சங்கரலிங்க நாடாருக்கு அதிகாரம் கொடுத்திருக்கா. (நீங்கதான் அந்த நாடாரா என்று கேட்டுக்கொள்கிறார்) நான் லாயர்ங்கிற முறையிலே சொல்றேன். இந்த விஷயத்துலே வேறு யாரும் தலையிட்டு இடைஞ்சல் பண்ண முடியாது. மீறுனா அவா சட்டப்படி நடவடிக்கை எடுக்க முடியும். இதுதான் என் கருத்து. அவா அவா ஆத்துக்குப் போங்க. நீங்க உங்க வேலையைப் பாருங்க"

என்று சொல்லி அந்தப் பத்திரத்தை சங்கரலிங்க நாடாரிடம் கொடுத்தார்.

இந்தப் பிரச்சினையை வேலையை விட்டு வேடிக்கை பார்த்துக்கொண்டிருந்த வேலையாட்களைப் பார்த்து "போய் இடிங்க" என்றார். அவர்கள் இடிக்க ஆரம்பித்தார்கள். அக்ரஹாரவாசிகள் கலைந்தார்கள்.

33

அக்ரஹாரத்தில் இருந்த அம்பிகாவின் வீடு இடித்துத் தரைமட்டமாக்கப்பட்டது. சங்கரலிங்க நாடார் மூன்று இடங்கள் பார்த்து வைத்திருக்கிறார். இவற்றில் ஏதாவது ஒன்று அம்பிகாவிற்குப் பிடித்துவிடும் என்ற நம்பிக்கை அவருக்கு இருக்கிறது.

ஜேம்ஸ் மில்லின் வேலைகள் நியமப்படி நடந்துகொண்டிருந்தன. வெளியில் இருந்தாலும் எட்வர்ட் ஜென்னர் சில வழிகளில் நிர்வாகத்தைக் கவனித்துக்கொண்டிருந்தார். எட்வர்ட் ஜென்னரும் அம்பிகாவும் டூரில் இருந்தார்கள்.

டூர் முடிந்து இருவரும் திரும்பி வந்த பின்னர் அம்பிகாவை சங்கரலிங்க நாடார் சந்தித்தார். அம்பிகா சற்று எடை கூடியிருப்பதாகவும் பூரிப்பாக இருப்பதாகவும் சங்கரலிங்க நாடாருக்குத் தோன்றியது. பொதுவான விசாரிப்புக்குப் பின்னர் சங்கரலிங்க நாடார் கூறினார்:

“மூணு இடம் பாத்து வைச்சுருக்கேன். ரெண்டு இடம் முப்பது ஏக்கர்லே இருக்கு. ஒரு இடம் நீங்க சொன்னபடி முப்பத்தைஞ்சு ஏக்கர்லே இருக்கு. நீங்க வந்து முடிவு சொன்னா, ரேட் பேசி பதிவு பண்ணியிரலாம்.”

“ஆமா, சவிதா யுனிவர்சல் டிரஸ்ட்ங்கிற பேருலே பதிவு பண்ணணும். டிரஸ்ட் வேலை முடிஞ்சது. அக்ரஹார வீடு என்னாச்சு” என்று அம்பிகா கேட்டாள்.

“வீட்டைத் தரைமட்டமாக்கியாச்சு”

“எதிர்ப்பு இருந்துதா”

“இருந்தது. ஒரு லாயர், அவர் பேரு சந்தானம்னு நினைக்கிறேன். பத்திரத்தைப் படிச்சுப் பாத்துட்டு வீட்டை இடிக்கிற நடவடிக்கை

சட்டப்படியானதுன்னு சொன்னார். அப்புறம் கலைஞ்சு போயிட்டாங்க."

"என்னைப்பத்தி மோசமா பேசியிருப்பாளே. நான் வீடு இடிக்கப்பட்ட இடத்தைப் பாக்கனும். அக்ரஹாரத் தெருவிலே நடக்கணும்."

"எதுக்கு நீங்க வரணும். நாங்க எல்லாத்தையும் பாத்துக்கிறோம்."

"இல்லை, நான் பாக்கணும். முதல்லே அக்ரஹாரத்தைப் பாத்துருவோம். அடுத்து நீங்க சொன்ன மூணு இடத்தையும் காண்பீங்க. ஒரு முடிவு எடுப்போம்."

அடுத்தநாள் காலையிலே சென்று அனைத்து இடங்களையும் பார்த்துவிடுவது என்று முடிவு செய்தார்கள். அதன்படி, சங்கரலிங்க நாடார் தனது காரில் குவார்ட்டர்சுக்கு காலையில் வந்தார். அம்பிகா தயாராக இருந்தாள். இருவரும் அவரவர் காரில் கிளம்பினார்கள். முதலில் அக்ரஹாரத்திற்குச் சென்றார்கள். இடிக்கப்பட்ட வீட்டருகே இரண்டு கார்களும் நின்றன. அம்பிகா வந்த காரை ஒரு பிரிட்டிஷ்காரர் ஓட்டி வந்தார். காரிலிருந்து இறங்கிய அம்பிகா, வீடு இடிக்கப்பட்டு, வீடு இருந்த அடையாளமே தெரியாமல் கட்டாந்தரையாக இருந்த இடத்தைப் பார்த்தாள். மனதுக்குச் சங்கடமாக இருந்தது. வீடு இருந்தபோது பெரிய இடமாகத் தோன்றியது. இப்போது நிலமாக, மனையாகப் பார்க்கும்போது சின்ன இடமாகத் தோன்றியது. கண்களில் வழிந்த நீரை அம்பிகா துடைத்துக்கொண்டாள். அக்ரஹாரத் தெருவைப் பார்த்தாள். திண்ணைகளிலும் வாசல்களிலும் ஆண்களும் பெண்களும் இருந்தார்கள். இறங்கி தனியாக அக்ரஹாரத் தெருவின் இறுதிப் பகுதியை நோக்கி நடந்தாள். பிரிட்டிஷ் டிரைவரும் சங்கரலிங்க நாடாரும் அவரின் டிரைவரும் கார்கள் அருகே நின்றிருந்தார்கள். கடைசிப் பகுதியை அடைந்தவள் திரும்பி நடந்து வந்து மையப்பகுதியில் நின்றாள். தெருவாசிகளைப் பார்த்தாள். "யாராவது வாங்க. தைரியமிருந்தா வாங்க. என்னைப் பத்தி மோசமா பேசினவா, நினைக்கிறவா வாங்க. நேருக்கு நேர் பேசுங்க."

அமைதியாக அக்ரஹாரவாசிகள் நின்றிருந்தார்கள். ஒருவர் திண்ணையிலிருந்து இறங்கி அவளை நோக்கி வந்தார். அதைப் பார்த்த பிரிட்டிஷ் டிரைவர் அம்பிகா நிற்கும் இடத்தை நோக்கி வேகமாக நடந்து வந்தார். திண்ணையிலிருந்து இறங்கி வந்தவர் பிரிட்டிஷ் டிரைவரைப் பார்த்ததும் திரும்பவும் திண்ணையை நோக்கிச் சென்றார். அம்பிகா அந்த பிரிட்டிஷ் டிரைவரைப் போகச் சொன்னாள். திண்ணையிலிருந்தவரை நோக்கி "யாராவது

தாறுமாறா பேசினா, எனக்குத் தெரியவந்துச்சுன்னா போலீஸ் வரும். ஏதோ பேச வந்தேளே... வாங்க... என்னிடம் நேரே பேச வாங்க" என்றாள். திண்ணையிலிருந்தவர் வீட்டுக்குள் சென்றுவிட்டார்.

கார்கள் நிற்பதைப் பார்த்ததும், சத்தம் கேட்டதைப் பார்த்தும், லாயர் சந்தானம் ஊன்றுகோலுடன் வீட்டு வாசலுக்கு வந்தார். "அம்மா அம்பிகா, நீ மேஜர். நீ விருப்பப்பட்டவரைக் கல்யாணம் பண்ணிக்கலாம். இங்க இருக்கறவா காலங்காலமா பாரம்பர்யமா கடைப்பிடிச்சுட்டு வர்ற பழக்க வழக்கங்களை சாஸ்திரம்னு நினைச்சுண்டு இருக்கா. நான் லாயர். ஒரு விஷயம் சட்டப்படி நடக்குதான்னுதான் என்னாலே பாக்க முடியும். இங்க இருக்கறவா உன்னை தூஷணையா பேசியிருக்கலாம். அதுக்குப் பதில் பேசணும்னு ஆரம்பிச்சா முடிவில்லாம போயிண்டிருக்கும். நீ அவுங்க பேசறது, நடக்கறது எதையும் பொருட்படுத்தாதே. நீ நவீனமான பொண்ணுன்னு அவாளுக்குத் தெரியாது புரியவும் செய்யாது. நீதான் பெரிசுபடுத்தாம இருக்கணும்" என்று சாந்தமாகக் கூறினார். இறுதியில் அம்பிகாவை நோக்கிக் கை கூப்பினார்.

"சரி மாமா. எனக்குப் பொறுக்கலை. அதான் வந்தேன். நான் கிளம்பறேன்" அவளும் கை கூப்பினாள்.

காரில் ஏறினாள். சங்கரலிங்க நாடாரும் காரில் ஏறினார். இரு கார்களும் கிளம்பின. கார்கள் தெருமுனையை அடைந்து திரும்பும்போது, ஒரு வீட்டிலிருந்து ஒரு நடுத்தரவயதுப் பெண் தெருவில் இறங்கி, மண்ணை வாரித் தூற்றி ஏதோ சொன்னாள். அதைக் காரில் இருந்தவர்கள் பார்க்கவில்லை. லாயர் சந்தானம் பார்த்தார். அவர் முகம் சிவந்தது. தூணைப் பிடித்துக்கொண்டு திண்ணையில் உட்கார்ந்தார். அவருக்குக் கால் முறிவு ஏற்பட்டிருந்ததால் சிகிச்சையில் இருக்கிறார்.

மூன்று இடங்களையும் அம்பிகாவிற்கு சங்கரலிங்க நாடார் காட்டினார். இரண்டாவதாகக் காண்பித்த இடம், அதன் அமைப்பு, சுற்றுப்புறம் அம்பிகாவிற்குப் பிடித்துப் போயிற்று. இந்த இடத்தையே முடிப்பதற்கு ஏற்பாடு செய்யுமாறு கூறினார். அக்ரஹாரத்திலிருந்து காரில் ஏறியபோது படபடப்பாக இருந்தாள். தற்போது அடுத்து செய்யவேண்டிய வேலைகளைப்பற்றி அவள் மனம் யோசித்துக்கொண்டிருந்தது.

இரு கார்களும் குவார்ட்டர்சுக்குத் திரும்பின. அக்ரஹார இடத்துலே கட்டப்போற வீடு சம்பந்தமாக தயார் செய்த பிளானை வைத்துக்கொண்டு, இஞ்சினியர் வாசலில் காத்திருந்தார். 'நல்லவேளை கரெக்டான நேரத்துக்கு இஞ்சினியர் வந்துட்டார்' என்று சங்கரலிங்க நாடார் நினைத்துக்கொண்டார். அனைவரும்

வரவேற்பறைக்குச் சென்றார்கள். இஞ்சினியர் பிளானை அம்பிகாவிடம் காட்டினார். அவள் சில திருத்தங்கள் சொன்னாள். அவற்றை இஞ்சினியர் குறித்துக்கொண்டார். வேலைகளை ஆரம்பிக்கலாம் என்று இஞ்சினியரையும் சங்கரலிங்க நாடாரையும் பார்த்து அம்பிகா சொன்னாள்.

இரண்டாவதாகப் பார்த்த இடம், அதன் விலை இவை பற்றி யெல்லாம் அம்பிகா கேட்டறிந்தாள். "விலை குறைப்பாங்களா..." என்றாள்.

"நான் பேசி குறைச்ச விலையைத்தான் சொல்றேன். சரியான விலைன்னு நான் நினைக்கிறேன்" என்றார் சங்கரலிங்க நாடார்.

"சரி, முடித்துவிடுங்கள். பத்திரப்பதிவுக்கு ஏற்பாடு பண்ணுங்க. நாயுடுவிடம் ரிக்கார்ட்ஸ் கொடுங்க. ரெண்டு பேருமா சேந்து சீக்கிரமா செஞ்சு முடிங்க. நீங்க நாயுடுவைப் பாருங்க. நான் போனிலே அவரிடம் பேசிடறேன்..."

பத்து நாளில் பத்திரப்பதிவு முடிந்தது. இஞ்சினியர் அம்பிகா சொன்னபடி பிளான் தயார் செய்தார். ஒரு மருத்துவமனை. ஒரு குழந்தைகள் இல்லம். ஒரு பள்ளிக்கூடம். ஒரே வளாகத்தில் அமையப்போகிறது.

34

எட்வர்ட் ஜென்னரும் அம்பிகாவும் உட்கார்ந்திருந்தார்கள்.

"மவுண்ட் பேட்டன் இந்தியாவுக்கான சுதந்திரம் ஆகஸ்டு 15, 1947 என்று அறிவித்துவிட்டார். நாம் சில முக்கியமான விஷயங்கள் பற்றிப் பேசவேண்டியிருக்கிறது. இந்தியாவிற்கு சுதந்திரம் வழங்கப்பட்ட பின்பு, இங்கு வசிக்கும், தொழில் செய்யும் பிரிட்டிஷ்காரர்களின் நிலை என்னவாக இருக்கும் என்று யோசிக்கவேண்டியிருக்கிறது. இன்று பிரிட்டிஷாரிடம் அதிகாரம் இருக்கிறது. சுதந்திர இந்தியாவில் இந்தியர்கள் கையில் அதிகாரம் இருக்கும். இந்தியாவின் ஜனத்தொகை பெரியது. பிரிட்டிஷ்காரர்கள் சிறுபான்மை ஆகிவிடுவார்கள். இந்தியர்களுக்கு நாகரிகமான முறையில் பிரிட்டிஷ்காரர்கள் சுதந்திரம் வழங்கப்போகிறார்கள். ஆனால், மக்களுக்கு வெறுப்பு இருக்கலாம். இந்தச் சூழலில் நாம் என்ன செய்வது. மில் தொழில் நடக்கட்டும். காலப்போக்கில் நாம் முடிவு செய்து கொள்ளலாம். தொழிலாளர்கள் பிரச்சினை புதிதாக உருவாகலாம். இந்திய முதலாளிக்கு மில்லை மாற்றிவிடவும் முடியும். இப்போது மில் சம்பந்தமாக உடனே முடிவு செய்ய முடியாது. ஆனால், நாம் எங்கே வசிப்பது என்று முடிவு செய்யவேண்டியுள்ளது. உனக்கென்று சில திட்டங்கள் உள்ளன. அவற்றை நிர்வகிக்க, கண்காணிக்க நீ இங்கு இருக்க நினைக்கலாம். நீ இந்தியர். நான் பிரிட்டிஷ். சுதந்திர இந்தியாவில் என்னால் இப்போது போல் திரிய இயலாது. நான் அன்னியன் என்ற நினைப்பு எனக்கு வருகிறது. இந்தியாவில் உள்ள பிரிட்டிஷ்காரர்கள் அனைவரும் இந்தியாவை விட்டு நீங்கிச் செல்வதையே விரும்புகிறார்கள். மில்லைக் கவனிக்க மற்ற பங்குதாரர்களின் பிரதிநிதி ஜி.எம். மாக வந்தால் நல்லது என்ற எண்ணம் ஏற்படுகிறது.

நாம் இங்கு வந்தால் பங்குதாரர் என்ற முறையில் குவார்ட்டஸ், கெஸ்ட் ஹவுஸை உபயோகப்படுத்திக்கொள்ளலாம். நான் கோர்வையாகஎண்ணங்களை வெளிப்படுத்தியிருக்கிறேனா என்று தெரியவில்லை. என் எண்ணங்களை நீ புரிந்துகொண்டிருப்பாய் என்று நினைக்கிறேன்" என்றார் எட்வர்ட் ஜென்னர்.

"உங்களுக்கு பிரிட்டனில் வசிப்பது வசதியாக இருக்கும் என்று நினைக்கிறேன். அதைத்தான் நீங்கள் கூறியிருக்கிறீர்கள். மனைவி என்ற முறையில் நான் அதை ஆமோதிப்பதே சரி. நாம் பிரிட்டனில் குடியேறுவோம். அதற்கான ஏற்பாடுகளைச் செய்யுங்கள். நீங்கள் வகிக்கும் ஜி.எம். பொறுப்பையும் பங்குதாரர்களுக்கு மாற்றிவிடலாம். நாம் இங்கு வந்து தங்கிச்செல்ல வசதியிருக்கிறது. எனக்கு சமூக மேம்பாட்டுக்கு ஏதேனும் செய்யவேண்டும் என்ற எண்ணம் சிறு வயதிலிருந்தே இருப்பதால் நானே சில திட்டங்களை உருவாக்கினேன். அதன்படி நிலம் வாங்கிய இடத்தில் கட்டட வேலைகள் நடந்துவருகின்றன. அக்ரஹார இடத்திலும் வேலைகள் நடந்துவருகின்றன. கட்டடங்கள் முழுமை பெறும் வரை எனக்குச் செய்யவேண்டிய பணி பெரிதாக ஒன்றுமில்லை. கட்டட வேலைகளை சங்கரலிங்க நாடார் கவனிப்பார். நான் பிரிட்டனிலும் இந்தியாவிலும் மாறி மாறி இருந்துகொண்டு பணிகளைச் செய்ய முடியும். என் இருப்பிடம் பிரிட்டன்தான். உங்கள் அனுமதியோடு இங்கு வந்து திரும்புவேன். கட்டட வேலைகள் முழுமையாகப் பூர்த்தியான பின்பு, அந்தத் திட்டங்களைச் செயல்படுத்த சில காலம் இங்கு இருக்கவேண்டியிருக்கும். அறக்கட்டளையின் செயல்பாடுகளுக்கு சிலரை நியமிக்கலாம். சங்கரலிங்க நாடாருக்கு சில பொறுப்புகள் கொடுக்கலாம். முடிந்தால் ரங்கசாமி நாயுடுவை மில்லில் இருந்து விலகச் சொல்லி அறக்கட்டளைப் பொறுப்பில் நியமிக்கலாம். அவருக்கு ரிக்கார்டுகள் பார்க்கத் தெரியும். அரசாங்கத்திடம் அணுகும் முறை, காரியம் செய்வது அவருக்குத் தெரியும். கணக்கு வழக்குகளைக் கையாள்வதிலும் கெட்டிக்காரர். நாடாருக்கும், நாயுடுவுக்கும் ஏற்கனவே நல்ல பழக்கம் உள்ளது. மற்றப்படி, அலுவலகம் உருவாக்குவது, ஊழியர்களை நியமிப்பது பெரிய வேலை இல்லை. ஆக, நான் சொல்ல வருவது என்னவென்றால், அம்பிகா ஆகிய நான் என் கணவரின் விருப்பப்படி பிரிட்டனில் வசிக்க சம்மதிக்கிறேன்" என்று அவர் கையைப்பற்றி முத்தமிட்டாள் அம்பிகா.

எட்வர்ட் ஜென்னர் காதலுடன் அவளை அணைத்து இதழ்களில் நீண்ட நேரம் முத்தமிட்டான்.

❖ ❖ ❖

35

ராகவன் பட்டப்படிப்பை முடித்துவிட்டான். அவனை வேலைக்கு அனுப்ப சங்கரலிங்க நாடாருக்கு விருப்பமில்லை. 'பஞ்சு வியாபாரம் இருக்கிறது. கட்டட வேலையை என் பொறுப்பில் விட்டிருக்கிறார்கள். இந்தியா சுதந்திரமடையப் போகிறது. என்னென்ன மாற்றங்கள் ஏற்படப் போகிறது என்று தெரியவில்லை. ஜேம்ஸ் மில்லின் உரிமையாளர்கள் பிரிட்டிஷ்காரர்கள். ஏதாவது பிரச்சினை வருமா என்று தெரியவில்லை. உரிமையாளர் மாறினால் அந்த மில்லுக்கு வழக்கம் போல் பஞ்சு வியாபாரம் பண்ணமுடியுமா. கட்டட காண்ட்ராக்டராக மாறிவிடலாமா' என்றெல்லாம் மனம் போன போக்கில் யோசித்துக்கொண்டிருந்தார் சங்கரலிங்க நாடார்.

அப்போது போன் மணி அடித்தது. எடுத்தார். மறுமுனையில் இன்னும் சற்று நேரத்தில் அவருடைய வீட்டுக்கு வருவதாக அம்பிகா பேசினாள். "வாங்க" என்றார். அம்பிகா போனை வைத்துவிட்டாள். உடனே மனைவியையும் மகனையும் அழைத்தார். "அம்பிகா வர்றாங்க. எல்லாத்தையும் ஒழுங்குபடுத்துங்க" என்று சொல்லிப் பரபரப்பாக அவரும் வீட்டை ஒழுங்கு செய்தார். சரஸ்வதியும் ராகவனும் முடிந்த அளவுக்கு வீட்டை ஒழுங்கு செய்தார்கள். "அடுப்பங்கரைக்கு வந்துவிட்டால் என்ன செய்வது" என்று ராகவனிடம் சரஸ்வதி கேட்டாள். "அம்மா அங்கெல்லாம் வரமாட்டாங்கம்மா...பிஸ்கெட், பலகாரம் ஏதாவது இருந்தா எடுத்து வை" என்றான் ராகவன்.

வாசலில் கார் வந்து நின்றது. அம்பிகா காரிலிருந்து இறங்கி வீட்டிற்குள் நுழைந்தாள். சங்கரலிங்க நாடார், சரஸ்வதி, ராகவன் எல்லோரும் வரவேற்றார்கள். சரஸ்வதியின் கையைப் பிடித்து, "நல்லா இருக்கீங்களா" என்று கேட்டாள் அம்பிகா.

அம்பிகாவிடம் இருந்த பூரிப்பைக் கவனித்த சரஸ்வதி, அவளிடம் ரகசியமாக, "மாசமா இருக்கீங்களா" என்று மெதுவாகக் கேட்டாள். அவள் வெட்கத்துடன் தலையாட்டினாள். ராகவனைப் பார்த்து "இவ்வளவு பெரிசா வளந்துட்டானே, என்ன செய்யறான்?" என்றாள்.

"டிகிரி முடிச்சிட்டேன். அப்பா பஞ்சு வியாபாரத்திலே சில வேலைகள் சொல்லுவார். செய்வேன்." என்றான் ராகவன்.

"புஸ்தகம் எப்பப் பாத்தாலும் புஸ்தகம். முற்போக்கான சிந்தனைகள் உள்ள புஸ்தகம். அப்புறம் ஆய்வுப் புஸ்தகம், சமூகம், சரித்திரம் சம்பந்தப்பட்ட புஸ்தகம் இதுகளையே படிச்சிக்கிட்டிருக்கான். நீங்க உட்காருங்க."

அம்பிகா நாற்காலியில் உட்கார்ந்தாள். சங்கரலிங்க நாடாரைப் பார்த்துப் பேசினாள். "இந்தியா சுதந்திரமடையப்போகுது. நிறைய மாற்றங்கள் வரும். பிரிட்டிஷ்காரங்க நாட்டை விட்டுப் போகப்போறாங்க என் கணவரும் பிரிட்டிஷ்காரர்தானே. அவரும் போகத்தானே வேணும். நான் அவர் மனைவி. நானும் அவர் கூட பிரிட்டனுக்குப் போறதுதானே சரி. அதுதானே முறை." அம்பிகா பேச்சை நிறுத்தினாள்.

சங்கரலிங்க நாடாருக்கு அதிர்ச்சியாக இருந்தது. 'அம்பிகா பிரிட்டன் போறதுதானே முறை. ஆனா, அம்பிகா பிரிட்டன் போனால் இங்கே நடக்கிற விஷயமெல்லாம் என்ன ஆகப்போகுது. அப்படியே நின்னுபோகப் போகுதா. எல்லாம் விரயம்தானா. இந்தப்பொண்ணு எத்தனை லட்சியங்களோடு இந்த வேலைகளையெல்லாம் ஆரம்பிச்சது...' என்று மனதிற்குள் புலம்பிக்கொண்டிருந்தார்.

அம்பிகா குடிக்கத் தண்ணீர் கேட்டாள். தண்ணீர் வரும் வரை ஏதும் பேசவில்லை. அவளுக்கு தான் பிரிட்டன் போகும் விஷயத்தைச் சொல்லும்போதே நெஞ்சு அடைப்பது போலிருந்தது. தண்ணீர் குடித்துவிட்டு தனக்கும் எட்வர்ட் ஜென்னருக்கும் நடந்த உரையாடலைக் கூறினாள்.

சங்கரலிங்க நாடாருக்குக் கண்கள் கலங்கின. கையால் துடைத்துவிட்டுக்கொண்டார். "நீங்க மனக்கஷ்டப்படாதீங்க. எல்லாம் நல்லபடியா நடக்கும். என் லட்சியங்களும் நிறைவேறும்" என்றாள் அம்பிகா.

"அம்மா, நீங்க அறிவாளி. நீங்க எனக்கு அறிமுகமானதிலிருந்து நான் உங்களைப் பாத்துக்கிட்டிருக்கேன். எவ்வளவு போராட்டம். குடும்பத்தோடு போராட்டம். தெருக்காரங்களோட போராட்டம். தைரியமா பிரிட்டிஷ்காரரைக் கல்யாணம் பண்ணினீங்க.

எவ்வளவு வேலைகள் பாத்துருக்கீங்க. எவ்வளவு லட்சியங்களோட இருக்கீங்க" பேசும்போதே சங்கரலிங்க நாடாருக்கு அழுகை வரும் போல இருந்தது. கட்டுப்படுத்திக்கொண்டார்.

"எல்லாத்தையும் சமாளிப்போம். நாம ஒரு மீட்டிங்கிலே சந்திச்சோம். ஆலயப்பிரவேசத்துக்கு ஸ்ரீரங்கத்துக்கு எனக்குத் துணையா வந்தீங்க. அப்ப அந்த 1939ஆம் ஆண்டு ஆலயப்பிரவேசச் சட்டம் பெரிசா இருந்தது. அந்தச் சட்டத்தை வைச்சுத்தான் எல்லா ஜாதி ஆட்களும் கோயிலுக்குள்ளே போக முடிஞ்சது. ஆனா, இப்ப என்ன நடந்துச்சுன்னு உங்களுக்குத் தெரியுமா. நான் ஒரு சோஷியல் ஆக்டிவிஸ்ட். அதனாலே எல்லாத்தையும் கவனிக்கிறேன். நம்ம முதலமைச்சர் ஓமந்தூர் ராமசாமி ரெட்டியார் அந்த 1939ஆம் ஆண்டு சட்டம் போறாதுன்னு *Temple Entry Authorisation Act 1947* என்று ஒரு புதுச்சட்டம் கொண்டுவந்திருக்கார். நான் படிச்சுப் பாத்தேன். ரொம்ப விரிவா இருக்கு. அனைத்து ஜாதியினரும் கோயில், கோயில் சம்பந்தப்பட்ட இடங்களுக்கு வர்ற உரிமையை அந்தச்சட்டம் உறுதி செய்யறது. ரொம்ப நல்லா பண்ணியிருக்கா. சட்டமாயிடுத்து. வைஸ்ராய் அங்கீகரிச்சு கையெழுத்துப் போட்டுட்டார். கெஜட் காபியை வாங்கி நான் படிச்சேன். ஏண்டா ராகவன் உனக்கு இதைப்பற்றித் தெரியுமா ..." என்றாள் அம்பிகா.

"இந்தச் சட்டம் பற்றி எனக்குத் தெரியும். நான் கோயில் நுழைவு பற்றி ஆராய்ச்சி பண்ணிக்கிட்டிருக்கேன்" என்றான் ராகவன்.

அம்பிகா கை தட்டினாள். சங்கரலிங்க நாடார் ஆச்சரியமாகப் பார்த்தார். "நீங்க எனக்கு அப்பா மாதிரி. ஆனா, அப்படிச் சொல்லிக்கறதில்லை. அப்படி உறவுமுறை வைச்சுக்கிட்டா எதுவுமே இயல்பா இருக்காது. நீங்க சங்கரலிங்க நாடார்தான். நான் அம்பிகாதான். அப்படித்தான் உறவுமுறை இல்லாம இடைவெளியோடு உறவு இருக்கணும். எனக்கு ஒண்ணு தோணித்து. அதையும் சொல்லத்தான் வந்தேன். நீங்க யோசிச்சு சொல்லுங்க. சுதந்திரம் கிடைச்சதுக்குப் பின்னால் நானும் எட்வர்ட் ஜென்னரும் பிரிட்டன் போறம். எங்களுக்கு அங்கேயும் தொழில் இருக்கு. ராகவனை நாங்க கூட்டிண்டு போறம். அங்கே அவனைத் தொழிலதிபராக்குறோம். நான் இந்தியாவுக்கு வந்துபோயிக்கிட்டுதான் இருப்பேன். யோசிச்சு சொல்லுங்க" என்றாள் அம்பிகா.

சரஸ்வதியும் சங்கரலிங்க நாடாரும் அவள் இப்படிச் சொல்வதை எதிர்பார்க்காததால் திகைத்துப் போனார்கள். "ஒத்தப்பிள்ளை அப்படி இப்படின்னு சென்ட்டிமென்ட்டா

யோசிக்காதீங்க. நானும் ஒத்தப்பிள்ளைதான். அதுவும் பொம்பளைப்புள்ளை" என்று சொல்லியபடி எழுந்தாள் அம்பிகா.

"காபி" என்றாள் சரஸ்வதி. வைத்திருந்த காபியை எடுத்துக் குடித்துவிட்டு, சிரித்த முகத்துடன் அனைவரையும் பார்த்துக் கையசைத்துவிட்டுச் சென்றாள் அம்பிகா.

அவள் போனதும் சங்கரலிங்க நாடாரை அழைத்து, "அம்பிகா மாசமா இருக்கா" என்றாள் சரஸ்வதி. அவர் சுவரில் மாட்டியிருந்த சாமிப் படத்தைப் பார்த்து வணங்கினார். "அவுங்க விருப்பப்பட்டபடி பெண் குழந்தை பிறக்கட்டும். சவிதான்னு பேர் வைக்கட்டும்" என்று வேண்டிக்கொண்டார்.

ராகவனைப் பாத்து, "அம்பிகா சொன்னதைக் கேட்டியா? பிரிட்டனுக்குப் போறீயா..." என்றார்.

"போறேன். நல்லா வருவேன்ப்பா. இவுங்க நல்லா கவனிச்சுக்குவாங்க. இங்க இருந்து என்ன செய்யறது. இன்னும் மேலே வரவேணாமாப்பா."

சரஸ்வதி கண்கலங்கி நின்றாள். "நான் யோசிக்க வேண்டியிருக்கு. பொற்றாமரைக்குளம் வரைக்கும் போய் உக்காந்திருந்துட்டு வாறேன். நல்ல முடிவு கிடைக்கும்" என்று சொல்லிவிட்டு சங்கரலிங்க நாடார் வெளியேறினார்.

36

இந்தியா சுதந்திரமடைந்துவிட்டது. தெருக்களில் கொண்டாட்டம். எங்கும் திருவிழாக் கோலம். மக்கள் சிரித்துக்கொண்டே பார்க்கிறவர்களுக்கு வாழ்த்துச் சொல்லிச் சென்றுகொண்டிருந்தார்கள். இந்தியாவை இரண்டு நாடாகப் பிரித்தாகிவிட்டது. வடக்கே இந்து – முஸ்லீம் கலவரம். வரலாறு காணாத கலவரம் என்றெல்லாம் செய்திகள் வந்ததை சங்கரலிங்க நாடார் படித்தார்.

சில நாட்களில் கொண்டாட்டம் வடிந்து விட்டது. பிரிட்டிஷ்காரர்கள் பிரிட்டனை நோக்கிச் சென்றுகொண்டிருந்தார்கள். சில காலத்தில் வழக்கம்போல ஆகிவிட்டது வாழ்க்கை. ராகவனை அம்பிகாவுடன் அனுப்புவது என்று முடிவெடுத்து அனுப்பி வைத்துவிட்டார். அன்று இரவு தனியாகக் குமுறிக் குமுறி அழுதார்.

ராகவனை அவள் நன்றாகப் பார்த்துக் கொள்வாள். கவலைப்பட வேண்டியதில்லை. ஆனால், அம்பிகா எப்படிப்பட்ட பெண். லட்சியவாதி. தைரியசாலி. அவள் காலம் முழுவதும் அவளுக்கு நல்லது நடக்க வேண்டும். அவள் தன்னிடம் ஒப்படைத்த பொறுப்புகளை ஒழுங்காகச் செய்து அவள் லட்சியங்கள் நிறைவேற ஒத்துழைக்க வேண்டும் என்றெல்லாம் நினைத்துக்கொண்டார்.

பிரிட்டிஷ்காரர்களை எங்குமே காண முடியவில்லை. எவ்வளவு காலம் இந்தியாவை ஆண்டவர்கள் இன்று அவர்களைப் பார்க்க முடியவில்லை. ஆபீசில் உட்கார்ந்திருந்தார் சங்கரலிங்க நாடார். அப்போது பைத்தியம் போலத் தெரிந்த ஒரு வெள்ளைக்காரரை சிறுவர்கள் சுற்றி நின்று பயமுறுத்திக்கொண்டிருந்தார்கள். சில சிறுவர்கள் கல்லை அவர் மீது விட்டெறிந்தார்கள்.

அந்த வெள்ளைக்காரர் தட்டுத்தடுமாறி இவர் ஆபீசை நோக்கி வந்தார். சங்கரலிங்க நாடார் அந்தச் சிறுவர்களை விரட்டிவிட்டு, அவரை நாற்காலியில் அமரச் செய்தார். சங்கரலிங்க நாடாரைப் பார்த்து தேங்ஸ் சொன்னார். சங்கரலிங்க நாடாருக்கு அந்த வெள்ளைக்காரரை எங்கோ பார்த்த மாதிரி இருந்தது. நினைவுக்கு வரவில்லை.

"நான் உங்களை எங்கேயோ பார்த்திருக்கிறேன்" என்றார்.

"என்னைப் பல இடங்களில் பார்க்கலாம். நாடோடி. நிலையில்லாதவன். கிடைத்த இடத்தில் தங்கி, கிடைக்கும் சாப்பாட்டைச் சாப்பிடுபவன். உங்கள் சாமியார் மாதிரி. ஆனால் வெள்ளைக்காரச்சாமியாரை நீங்கள் ஏற்றுக்கொள்ளமாட்டீர்களே."

திடீரென பரபரப்படைந்தார் சங்கரலிங்க நாடார். "எனக்கு நினைவு வந்துவிட்டது ஸ்ரீரங்கம் கோயில் நுழைவின்போது நடந்த கலவரத்தின்போது உங்களுக்கு நாங்கள் வாகனத்தில் இடம் கொடுத்தோம். திண்டுக்கல் வரை வந்தீர்கள்."

"ஆமாம். எனக்கும் இப்போது நினைவு வருகிறது. உங்கள் கூட ஒரு பெண் இருந்தார். நீங்கள் இருவரும் நல்லவர்கள் என்ற உணர்வு அப்போது எனக்கு ஏற்பட்டது. அவர் நன்றாக இருக்கிறாரா"

"அவர் பிரிட்டன் சென்றுவிட்டார். ஒரு பிரிட்டிஷ்காரரைத் திருமணம்செய்துகொண்டதால் அவர் பிரிட்டன் சென்றுவிட்டார்."

"அவர் நன்றாக இருக்க ஜீஸஸ் ஆசீர்வதிப்பார். முன்பு பிரிட்டிஷ்காரர்கள் இங்கு இருந்தார்கள். அவர்கள் எனக்கு உதவி செய்வார்கள். இப்போது யாரும் இல்லை. இந்தியர்கள் கேலியாகப் பார்க்கிறார்கள். இந்தியச் சிறுவர்கள், சற்று மனநிலை மாறிய நபர்களைப் பார்த்தால், அவர்கள் இந்தியர்களாக இருந்தாலும், கல்லை விட்டு எறிகிறார்களே. இந்த உளவியலைப் பற்றி நான் யோசித்துக்கொண்டிருக்கிறேன். இந்தக் குணம் ஒரு புள்ளி. இது வளர்ந்தால் அவர்கள் இரக்கமற்றவர்களாக உருவாகிவிடுவார்கள். நான் பிரிட்டனுக்குச் செல்ல நீங்கள் உதவி செய்வீர்களா"

"எவ்வளவு செலவாகும் உங்கள் உணவுச் செலவையும் சேர்த்து."

அவர் சொன்னார். பிறகு, "உங்கள் பெயர் மறந்துவிட்டது" என்றார்.

"சங்கரலிங்க நாடார்."

"என் பெயர் ஜெரால்டு நிக்கல்சன். அன்றே நாம் அறிமுகமாகிவிட்டோம்" என்றார்.

அம்பிகாவும் எட்வர்ட் ஜென்னரும்

கல்லாப்பெட்டியிலிருந்து பணத்தை எடுத்துக் கொடுத்தார். "நல்ல ஆடைகள் இருந்தால் அவற்றை அணிந்துகொள்ளுங்கள். பணத்தைப் பத்திரமாக வைத்துக்கொள்ளுங்கள்" என்றார் சங்கரலிங்க நாடார்.

"உங்களுக்குக் கொடுக்க என்னிடம் ஒன்றும் இல்லை. குறிப்புகள்தான் இருக்கின்றன. நீங்கள் யார்? எதற்காக ஸ்ரீரங்கம் கோயிலுக்கு வந்தீர்கள்?"

"நான் வந்தது அந்தப் பெண்ணின் துணைக்காக. இன்னொரு காரணமும் சொல்லலாம். நாங்கள் நாடார் ஜாதியைச் சேர்ந்தவர்கள். மதுரை ஆலயப்பிரவேசத்திற்கு முன் எங்களுக்குக் கோயிலில் நுழைய அனுமதி கிடையாது. ஆதலால் பார்க்கும் ஆர்வம் இருந்தது."

ஜெரால்டு நிக்கல்சன் இரண்டு தோல்பைகள் வைத்திருந்தார். ஒன்றைத் திறந்து கொஞ்ச நேரம் செலவிட்டு சில பேப்பர்களை எடுத்தார். "இதில் சில குறிப்புகள் இருக்கின்றன. அவை ஒழுங்கற்று இருக்கும். அவற்றை ஒழுங்கு செய்து வைத்துக்கொள்ளுங்கள். உங்களுக்குத் தேவையில்லாதவற்றைப் பொருட்படுத்தாதீர்கள். நான் வருகிறேன்" என்று அவர் கிளம்பினார்.

சங்கரலிங்க நாடார் அந்தப் பேப்பர்களைப் பார்த்தார். கையெழுத்தும் சரியாகப் புரியவில்லை. ராகவன் பிரிட்டனிலிருந்து வந்தபின் அவனிடம் காண்பிப்போம் என்று பத்திரமாக அவற்றை டிராயரில் வைத்தார். டிராயரிலிருந்த சொந்த வரவு செலவு நோட்டை எடுத்து, அதில் 'தர்மம்' என்று செலவுத்தொகையை எழுதினார்.

❖ ❖ ❖

37

முன்னாள் வைஸ்ராய் லார்டு லின்லித்கோ வின் இளைய மகன் ஜான் ஹோப், அவருடைய மனைவி லிசா மாம் முன்பாக ராகவன் அமர்ந் திருந்தான். அனைவரின் கையிலும் ஒயின் கிளாஸ் இருந்தது. மேஜை வட்ட வடிவமாக இருந்தது. தேக்கு மரத்தில் செய்தது. தச்சன் அந்த மேஜையைப் பளபளப்பாக ஆக்கியிருந்தான். மேஜையின் மேல் ஒயின் பாட்டிலும் வறுத்த முந்திரிப் பருப்பும் இருந்தன.

ராகவன் தற்போது எட்வர்ட் ஜென்னரின் சில தொழில்களைக் கவனித்துக்கொண்டிருக்கிறான். அவன் பொறுப்பில் தனியாகத் தொழில் துவங்குவது பற்றி ஆலோசித்து வருகிறார்கள். அவன் அவ்வப்போது கவிதை, கட்டுரைகள் எழுதுகிறான்.

லிசா மாமிற்கு எலிசபெத் மாம் என்ற பெயரும் உண்டு. அவள் எழுத்தாளர் சாமர்செட் மாமின் மகள். சாமர்செட் மாமின் THE RAZOR'S EDGE என்ற நாவலைப் படித்துவிட்டு, சாமர்செட் மாம் மீது ராகவன் ஈர்ப்புக் கொண்டிருந்தான். எனவே, எட்வர்ட் ஜென்னரின் உதவியுடன் சாமர்செட் மாமின் மகள் லிசாவைப் பேட்டி காண வந்தபோது ஜான் ஹோப்பிற்கும் ராகவனுக்கும் இடையே நட்பு ஏற்பட்டுவிட்டது.

சாமர்செட் மாமின் தனிப்பட்ட வாழ்வு குழப்பமும் துயரமும் கொண்டிருப்பதாக ராகவனுக்குத் தோன்றியது. அவர் இருபாலின உறவுக்காரராகவும் பின்னால் தன்பாலின உறவுக்காரராகவும் மாறியுள்ளார். ஜெரால்டு ஹக்ஸ்டன் என்பவருடன் முதலில் வாழ்ந்த சாமர்செட், பின்னர் அவர் இறந்தபின் ஆலன் சியர்லே என்பவருடன் வாழ்கிறார்.

மணவாழ்க்கையில் அவருக்கு ஈடுபாடு இல்லை. சிரி வெல்கம் என்பவரைத் திருமணம் செய்துகொண்டார். அவர் ஆடம்பர மாளிகைகளில் உள் அலங்கார வேலைகள் பார்த்து பிரபலமாக இருந்தார். அக்காலத்திலும் சாமர்செட் மாம் தன்பாலின உறவுக்காரராக இருந்தார். பின்னர் இருவருக்கும் விவாகரத்து ஆகிவிட்டது. விவாகரத்து செட்டில்மெண்டில், சிரி வெல்கம், அவர்கள் மகள் லிசா ஆகிய இருவருக்கும் நல்ல தொகையும் சொத்தும் கிடைத்தன. லிசா மாம் தன்னுடைய மகள் இல்லை என்ற எண்ணம் சாமர்செட் மாமிற்கு இருந்தது. பின்னாளில் இதற்கான வழக்குகள் ஏற்பட்டு லிசா மாம் அவளுடைய மகள் என்று தீர்ப்பாயிற்று. 1937ஆம் ஆண்டிலேயே அவர் பிரான்ஸ் சென்றுவிட்டார். அங்கிருந்துதான் அவர் இந்தியப் பயணம் சென்றார். இரண்டாம் உலகப்போர் நேரத்தில் அமெரிக்காவில் இருந்தார். ஹாலிவுட்டில் பிரபலமானார். போருக்குப்பின் அவர் பிரான்ஸ் திரும்பினார்.

லிசாவை ராகவன் பேட்டி கண்டபோது, தன் தாயார் சிரி வெல்கம் பற்றி நல்லவிதமாகவும் தந்தையைப் பற்றி வெறுப்பாகவும் பேசினாள். தன்பாலின உறவுக்காரர் என்று சாமர்செட்டை ஏசினாள். மனப்பிறழ்வுடையவர் என்றாள். பத்து வயதில் அனாதையான அவரைக் கண்டிப்பான மாமா வளர்க்கிறார். பலவகையான உள்ளக்குழப்பம். தன்னம்பிக்கைக் குறைவு. திக்குவாய் பிரச்சினையால் வாழ்க்கை முழுதும் தன்னை ஏதாவது ஒரு வகையில் தாழ்வானவராகக் கருதினார். எப்படியோ எழுத்தாளராகிப் பெரும் பணக்காரர் ஆகிவிட்டார். அதுவும் ஒரு வகையில் நன்மைக்குத்தான். அவர் மூலம் எனக்குப் பெரும் சொத்துக்களும் பணமும் கிடைத்தன. இனியும் கிடைக்கப் போகின்றன. அவரைப் பற்றிச் சொல்லிக்கொள்ள நல்ல வார்த்தைகள் என்னிடம் இல்லை என்றெல்லாம் சொல்லிக்கொண்டே போனாள்.

அவருடைய தாயார் சிரி வெல்கமிற்கும் பல தொடர்புகள் திருமணத்தின்போதே இருந்ததாகக் கூறப்படுவது ராகவனின் நினைவுக்கு வந்தது. ஆனால், கேள்வி கேட்கவில்லை. அந்த நேரத்தில்தான் ஜான் ஹோப் வந்தார். அவர் நல்ல ஜென்டில்மேனாக இருந்தார். இந்தியாவைப் பிரித்து சுதந்திரம் கிடைக்க ஏற்பாடு செய்த மவுண்ட்பேட்டன், தன் தந்தை லார்டு லின்லித்கோவிற்கு வேண்டப்பட்டவர் என்றார்.

ராகவனைப் பற்றி விசாரித்தார். எட்வர்ட் ஜென்னரின் சில தொழில்களைக் கவனித்துவருவதாகவும் ஜேம்ஸ் மில்லுக்கு எட்வர்ட் ஜென்னர் ஜி.எம்.மாக இருந்தபோது அந்த மில்லுக்குப்

சுரேஷ்குமார இந்திரஜித்

பஞ்சு விற்கும் தொழில் தன் தந்தைக்குக் கிடைத்தது என்றும் கூறினான். இப்போதும் தன் தந்தை அந்த மில்லுக்குப் பஞ்சு விற்பனை செய்வதாகவும் கூறினான்.

மூவரும் ஒயின் கிளாஸை உரசிக்கொண்டார்கள். "நான் உங்களிடம் நட்பு கொண்டதில் மகிழ்ச்சியடைகிறேன். நாம் அடிக்கடி உரையாட வேண்டும் என்று விரும்புகிறேன். இந்தியா எனக்குப் புதிரான நாடாக உள்ளது. பெரிய நிலப்பரப்பு. மத, மொழி வேறுபாடுகள். நான் இந்தியாவைப் பற்றி உரையாட விரும்புகிறேன். இதோ என் கேள்விகள்" என்று ஆரம்பித்தார் ஜான் ஹோப்.

"எனக்கு இந்தியாவைப் பொறுத்தவரை பல விஷயங்கள் என்னுடைய புரிதலுக்கு அப்பாற்பட்டவைகளாக இருக்கின்றன. எங்கள் படையிலும் இந்தியர்கள் இருந்தார்கள். பிரெஞ்சுப் படையிலும் இந்தியர்கள் இருந்தார்கள். முஸ்லீம் மன்னர்கள் படையிலும் பிற மன்னர்கள் படையிலும் இந்தியர்கள் இருந்தார்கள். இந்தியர்களுக்குள்ளேயே போரிட்டுக்கொண்டார்கள். ஏன் இப்படி..." என்றார் ஜான் ஹோப்.

"இந்தியா ஒரு நாடு அல்லவே. போர் வீரர்களாக இருப்பது அவர்களுக்குப் பிழைப்புக்கான வழி. வெவ்வேறு நிலப்பரப்பு, வெவ்வேறு மொழிகள். மதம் ஒன்றுதான் அனைத்துக்கும் உள்ள இணைப்பாக இருந்தது. நீங்கள் வந்த பிறகுதான் இந்தியா ஒரு சிவில் சமூகமாக மாற்றம் பெற்று ஒரே நிர்வாகத்தின் கீழ் வந்தது. இந்துக்கள் இருந்த நிலப்பரப்பில் முஸ்லீம்கள், கிறிஸ்தவர்கள் என்ற பிரிவினை ஏற்பட்டது. இந்து – முஸ்லீம் ஒற்றுமையை காந்தி வலியுறுத்தினார். முஸ்லீம்களுக்குப் பாதுகாப்பாக இருந்தார். ஒரு இந்துவினால் சுட்டுக்கொல்லப்பட்டார். கோயிலின் அதிகாரம், நில அதிகாரம், சடங்குகளில் அதிகாரம், பதவி அதிகாரம் பிராமணர்களின் கையில் இருக்கின்றன. அவர்கள் அறிவாளிகளாக இருந்தாலும் மதம் என்று வரும்போது பழக்கத்தை மட்டுமே விடாப்பிடியாகக் கடைப்பிடிக்க வேண்டும் என்று நினைக்கிறார்கள். விதிவிலக்குகள் இருக்கலாம். குழந்தைகளுக்குத் திருமணம் செய்து வைத்தார்கள். பெண்கள் சம்பந்தப்பட்டு ஏற்கனவே இருக்கும் பழக்கத்தையே பின்பற்றவேண்டும் என்ற எண்ணம் கொண்டவர்களாக உள்ளார்கள். விதவைகளை, பருவம் அடையாமல் இருந்தாலும்கூட மொட்டையடித்து ஆண் அணுகல் இல்லாமல் ஒதுக்கி வைத்திருக்கிறார்கள். பழக்கங்களை மீறினால் சாதியைவிட்டு ஒதுக்கி வைத்துவிடுவார்கள். நல்லது, கெட்டதிற்கு வரமாட்டார்கள். கடல் கடந்து செல்வது அவர்களின் சாஸ்திரத்திற்கு விரோதமானது."

"இப்போது சில பிராமணர்கள் கடல் கடந்து வெளிநாட்டில் இருக்கிறார்களே."

"ஆம். பிழைக்க வேண்டும். வேறு வழியில்லாமல் அனுசரிக்கிறார்கள் என்று நினைக்கிறேன். கிராப் வைத்துக்கொள்வது மாதிரி... கடல் கடந்து சென்ற சீனிவாசன் ராமானுஜத்தை பிராமணர்கள் ஏற்றுக்கொள்ளவில்லையே. பிரிட்டிஷ்காரர்கள் அவருடைய திறமையை அங்கீகரித்தார்கள். அவருடைய கணக்கு மேதமையை உலகிற்கு அறியச் செய்தார்கள். அவருக்கு இருபத்திரண்டு வயதில் திருமணமாகிறது. திருமணத்தின்போது மனைவிக்குப் பத்து வயது. முப்பத்து மூன்று வயதில் ராமானுஜம் இறக்கிறார். அதிலும் பல ஆண்டுகள் பிரிட்டனில் இருக்கிறார். அவருடைய தியரங்கள் உலகிற்கே புதுமையானவை. இன்றளவும் புதிர் மிக்கவையாகவும் சில தியரங்கள் இருக்கின்றன. அவர் கணித மேதை. அவர் கடல் கடந்து சென்றதினால், அவருடைய இறுதிச்சடங்கில் உறவினர்கள் கலந்துகொள்ளாமல் சாஸ்திர விரோதம் என்று புறக்கணித்தார்கள். அதேபோல, ஐந்து ஹரிஜனங்களையும், ஒரு நாடாரையும் மதுரை மீனாட்சி அம்மன் கோயிலுக்குள் அழைத்துச் சென்ற வைத்தியநாத அய்யரையும் பிராமணர்கள் ஒதுக்கி வைத்திருந்தார்கள். அவரின் தந்தை இறந்தபோது அவர்கள் இறுதிச்சடங்கிற்கு வரவில்லை."

"மதுரை ஆலயப்பிரவேசம் தொடர்பான ஒரு சட்ட வரைவு மெட்ராஸ் மாகாணத்தில் இயற்றப்பட்டது. அனைத்து ஜாதி இந்துக்களும், கோயிலுக்குள் நுழைய அனுமதி அளித்தும், வைத்தியநாத அய்யர் மீதோ அவருக்குத்துணையாகஇருந்தவர்கள் மீதோ எந்த நடவடிக்கைகளும் எடுக்கக்கூடாது என்றும் அந்தச் சட்டத்தில் இருந்தது. என் தந்தை வைஸ்ராயாக இருந்தபோது அந்தச் சட்டத்திற்கு அங்கீகாரம் அளித்தார். அப்போது நானும் என் தந்தையும் இந்த நிகழ்வு பற்றிப் பேசிக்கொண்டோம்."

"அந்த நிகழ்வை நானும் என் தந்தை சங்கரலிங்க நாடாரும் வேடிக்கை பார்த்தோம். நான் படித்துக்கொண்டிருந்தேன். காந்தியவாதிகள் கோஷமிட்டுக்கொண்டிருந்தார்கள். ஐந்து ஹரிஜனங்களையும் ஒரு நாடாரையும் அழைத்துக்கொண்டு, வைத்தியநாத அய்யர் கோயிலுக்குள் சென்றார். பரவசமாக இருந்தது. இப்போது அந்தப் பரவசத்தை எனக்குச் சொல்லத் தெரியவில்லை."

"சீனிவாச ராமானுஜம் தன் அறிவின் மீது நம்பிக்கை வைத்திருந்தாரா...? மதம் அவரைப் பாதிக்கவில்லையா..." என்றாள். லிசா.

"அறிவின் மீது நம்பிக்கை வைத்துத்தான் கடல் கடந்து சென்றார். ஆனால், அவர் பதட்டமடைந்திருப்பார். சாஸ்திரத்தை பிராமணர்கள் மீறுவது சுலபமல்ல. அறிவுத்திறன் மீது நம்பிக்கை வைத்திருந்தாலும் அமானுஷ்ய சக்தி மூலம் இந்த அறிவு கிடைத்தது என்று நினைப்பார்கள். தூங்கும்போது பொங்கிச் செல்லும் ரத்தத்தில் ஒரு சிவப்புத்திரை உருவானதாகவும் அந்தத் திரையில் ஒரு கை எழுதிச் செல்வதாகவும் அவற்றைக் கவனித்துப் பின்னர் தியரமாக எழுதுவதாகவும் நாமகிரி அம்மன் கிருபை என்றும் ராமானுஜம் கூறியிருக்கிறார்" என்றான் ராகவன்.

"அவருடைய உள் மனதில் உள்ள கணக்குகள்தானே கனவில் வெளிவந்திருக்க முடியும்..."

"ஆம், அதுதான் அறிவியல். ஆனால், இந்த அறிவுத்திறனுள்ள கணக்குகள் ஒரு நோக்கில் அதிசயமானவை. அமானுஷ்யமானவை. எனவே, அமானுஷ்ய சக்தியால் கிடைத்தது என்ற எண்ணம் அவருக்கு இருந்தது."

"உங்கள் சமூகம் கோயிலுக்குள் நுழையத் தடை இருந்தது. நீங்கள் இங்கு தொழிலதிபர் ஆகப்போகிறீர்கள். எப்படி இந்த முன்னேற்றம் சாத்தியமாயிற்று..." என்றார் ஜான் ஹோப்.

"மெட்ராஸ் மாகாணத்தில் பிராமணரல்லாதோர் இயக்கம் இருந்தது. சமூக சீர்திருத்தக் கொள்கைகள் கொண்டிருந்தார்கள். பெரியார் என்ற சமூக சீர்திருத்தவாதி உருவானார். மதம்தானே பிராமணர்களுக்கு அதிகாரத்தைக் கொடுத்துள்ளது என்று அவர் மதத்தை நிராகரித்தார். மக்களின் சமூக மனநிலையில் மாற்றம் ஏற்பட்டது, அரசியலிலும் ஏற்பட்டது. காங்கிரஸ் கட்சியிலும் பிராமணர், பிராமணரல்லாதோர் என்ற பாகுபாடு உள்ளது. எங்கள் சமூகத்தைச் சேர்ந்த காமராஜர் முக்கியமான அரசியல்வாதியாக வருவார். வணிகத்தின் மூலம்தான் செல்வம் கிடைக்கும். செல்வத்தின் வழியாக மரியாதை கிடைக்கும் என்ற எண்ணம் எப்படியோ எங்கள் முன்னோர்களிடம் உருவாகிவிட்டது. நாங்கள் வணிக சமூகமானோம். அரசியலிலும் இடம் பெற்றோம்."

"இது ஒருபுறம் இருக்கட்டும். மீனாட்சி என்பவர் யார்" என்றாள் லிசா.

"தொல்கதையின் மூலம் நான் அறிந்தவற்றைக் கூறுகிறேன். மதுரை பாண்டிய வம்சத்தின் மன்னன் மலையத்வஜா, மனைவி காஞ்சனமாலா தம்பதிக்குக் குழந்தை இல்லை. அவர்கள் யாகம் செய்கிறார்கள். அப்போது, மூன்று வயது பெண் குழந்தை ஒன்று ஜனிக்கிறது. அதற்கு மூன்று முலைகள் உள்ளன. அசரீரியின்

குரல் இந்தப் பெண் குழந்தையை ஆணைப்போல வளர்க்க வேண்டும் என்றும் அவள் தன் கணவரைப் பார்க்கும்போது, அவளின் மூன்றாம் முலை மறைந்துவிடும் என்றும் கூறுகிறது. மன்னன் இறந்தபின் மீனாட்சி நாட்டை ஆள்கிறாள். படையுடன் சென்றபோது சிவனின் வடிவமான சுந்தரேஸ்வரரைக் காண்கிறாள். அவளின் மூன்றாம் முலை மறைகிறது. இருவரும் திருமணம் செய்துகொள்கிறார்கள். அந்தப் பெண்தான் மீனாட்சி. கோயிலிலும் மீனாட்சிதான் பிரதான தெய்வமாக வணங்கப்படுகிறாள்."

"வசீகரமான தொல்கதையாக இருக்கிறது. விசித்திரமும் புனைவும் கலந்த கதை இது. நாம் மதுரை மீனாட்சி அம்மன் கோயிலைப் பார்க்கச் செல்வோம். என்ன சொல்கிறாய் லிசா…"

"செல்வோம் ஜான்."

ராகவன் சற்று யோசித்துவிட்டு, "அங்கு ஏப்ரலில் சித்திரைத் திருவிழா நடைபெறும். இந்தத் திருவிழா மே மாதம் வரை நீடிக்கும். ஆகவே, இந்த ஆண்டு ஜுன் மாத முதல் வாரத்தில் நீங்கள் அங்கு செல்லத் திட்டமிடுங்கள்" என்றான்.

"நீங்கள் எங்களுடன் வருகிறீர்களா"

"இல்லை. நீங்கள் திட்டமிடுங்கள் நான் மதுரையில் வந்து சேர்ந்துகொள்கிறேன். ஆனால், நான் கோயிலுக்கு உங்களுடன் வரவில்லை."

"அவ்வாறே ஆகட்டும்" என்றார் ஜான் ஹோப். லிசாவும் தலையசைத்தாள். அவளுக்குக் கருமுடி. கருமுடி உள்ள பெண்கள்தான் இந்தியர்களுக்கு லட்சணமாய்த் தோன்றுகிறார்கள். சாமர்செட் மாமிற்கும் கருமுடிதான்.

வில்லியம் பாக்னரின் நாவல் *'Intruder In The Dust'* பற்றி ராகவன் பேச்செடுத்தான். சாமர்செட்டின் மகளான மேரி எலிசபெத் மாம் என்ற மேரி எலிசபெத் ஹோப் என்ற லிசா மாம், இந்திய முறைப்படி எழுந்து நின்று ராகவனை வணங்கிப் பேச்சை நிறுத்தச் சொன்னாள். தன் இருக்கையை விட்டு எழுந்து நின்று ராகவன் அவளிடம் கை குலுக்கினான்.

❖ ❖ ❖

38

சிங்காரம் தாசில்தார் முன் பவ்யமாக உட்கார்ந்திருந்தான். முதலில் நின்று கொண்டுதானிருந்தான். பிறகு, அவனாகவே ஒரு சேரில் அமர்ந்துகொண்டான். அதிகாரிகள் நிற்கிறவர்களிடம் பேசும் தோரணைக்கும் உட்கார்ந்திருப்பவர்களிடம் பேசும் தோரணைக்கும் உள்ள வித்தியாசத்தை அவன் அனுபவத்தில் உணர்ந்திருந்தான்.

சிங்காரம் காலையில் எழுந்து பல் தேய்த்துக் கொண்டிருந்தபோது தலையாரி வந்து கிராமகர்ணம் அவனைப் பார்க்க வரச்சொல்லியிருப்பதாகக் கூறினான். காலையில் பத்து மணிக்கு என்று சொன்னான். அவன் காலை பத்து மணிக்கு கிராமகர்ணத்தைப் பார்க்க அவருடைய அலுவலக அறைக்குச் சென்றான்.

“நீதான் சிங்காரமா”

“ஆமாம்.”

“எத்தனை வருஷமா கைடு வேலை பாக்கறே? இங்கிலீஷ் நல்லா பேசத் தெரியுமா”

“நான் சின்னப்பையனா இருந்தப்ப எங்கப்பா கூட போவேன். அவர் இறந்ததுக்கு அப்புறம் தனியா பாக்கறேன். இங்கிலிஷ் நல்லா பேசுவேன்.”

“வேறென்ன தொழில் பாக்கறே”

“பிரிண்டிங் பிரஸ் வைச்சிருக்கேன். ஏதோ ஓடுது.”

“கைடு தொழில்லே என்ன கிடைக்கும்”

“தமிழ்நாட்டுக்காரர்களுக்கு நான் தேவையில்லை. வெளிநாட்டுக்காரர்களுக்கும் சில சமயம் வடநாட்டுக்காரர்களுக்கும் தேவைப்படுவேன். சுற்றுலா அதிகாரி கூப்பிட்டுவிடுவார். சில ஓட்டல்களிலிருந்தும் கூப்பிட்டுவிடுவாங்க.”

“எங்கே குடியிருக்கே?”

“ராமாயணச்சாவடி அருகே.”

“கோனாரா?”

“ஆமாம்.”

“நான் உன்னை தாசில்தார்ட்டே கூட்டிட்டுப் போறேன். ஒரு முக்கியமான விஷயம். இந்தியாவுலே வைஸ்ராயா இருந்தவரோட மகன், அவர் மனைவி, இரண்டு பேரும் மதுரை மீனாட்சியம்மன் கோயிலைப் பாக்க வாராங்க. நீதான் கைடா இருந்து அவுங்களுக்கு சுத்திக் காண்பிக்கனும். நாங்க கூட இருப்போம்.”

சிங்காரம் “சரி” என்றான்.

சிங்காரத்தை கர்ணம், தற்போது தாசில்தாரிடம் அழைத்து வந்துவிட்டார். சிங்காரம் தாசில்தார் முன்பு உட்கார்ந் திருந்தான். சற்றுத்தள்ளி போடப்பட்டிருந்த பெஞ்சில் கர்ணம் உட்கார்ந்திருந்தார். தாசில்தாரிடம் யார் யாரோ வந்து ஏதேதோ கோரிக்கைகள் சொல்லிக்கொண்டிருந்தார்கள். அவர் எல்லாவற்றையும் சமாளித்துக்கொண்டிருந்தார்.

அவர் கர்ணத்தைப் பார்த்து, “இவர்தான் கைடா” என்றார். கர்ணம் தலையாட்டினார். சிங்காரத்தின் பக்கம் திரும்பி, “தம்பி உன் பேரென்ன” என்று கேட்டார்.

“சிங்காரம்”

“மீனாட்சியம்மன் கோயிலைப் பத்தி உனக்கு என்ன தெரியும்”

“எனக்குக் கோயில் வரலாறு, கோயில் சிற்பங்கள் பற்றித் தெரியும்.”

“சொல்லு.”

“மதுரை மிகப் பழமையான நகரம். சங்க இலக்கியங்களில் ஒன்றான மதுரைக்காஞ்சியில் மதுரையைப் பற்றி உள்ளது. மாங்குடி மருதனார் இயற்றியது. திருஞானசம்பந்தர் ஆலவாய் இறைவன் என்று தன் பாடலில் மதுரை சோமசுந்தரேஸ்வரரைக் குறிப்பிடுகிறார்.”

“14ஆம் நூற்றாண்டின் ஆரம்பத்தில் டெல்லி அரசரின் தளபதி மாலிக்கபூர் மதுரை கோயிலைச் சிதைத்து, கொள்ளையடித்துச் செல்கிறார். பிறகு, புதுப்பிக்கப்படுகிறது.”

“கிழக்குக் கோபுரம் மாறவர்மன் சுந்தரபாண்டியனால் கட்டப்பட்டது. தெற்குக் கோபுரம் செவ்வந்திமூர்த்தி செட்டியார்

என்பவரால் கட்டப்பட்டது. இதுதான் உயரமான கோபுரம். மேற்குக் கோபுரம் வாளால் விழித்துறங்கும் பராக்கிரம பாண்டியன் கட்டியது. வடக்குக் கோபுரம் கிருஷ்ண வீரப்ப நாயக்கரால் கட்டப்பட்டு நிறைவுபெறாமல் இருந்ததை வயிரநாகரம் செட்டியார் வகையறாக்கள் கட்டி முடித்தார்கள். வசந்தமண்டபம் திருமலைநாயக்கர் மன்னனாலும் பொற்றாமரைக்குளம் சுற்றுப்பிரகாரம் ராணி மங்கம்மாளாலும் கட்டப்பட்டது. அரியநாத முதலியாரின் மேற்பார்வையில் இந்தக் கட்டுமானம் நடந்தது."

"இருப்பா, டீ சாப்டுறீயா... இவ்வளவு விஷயங்கள் தெரிஞ்சு வைச்சிருக்கே. எல்லாத்தையும் தெரிஞ்சு வைச்சிருக்கணும். கேட்டா சொல்லனும்ல... ஆனா லிமிட்டா சொல்லணும். போரடிச்சிரக்கூடாது. கோயிலைப் பார்க்க வர்றவங்க சிற்பங்களைத்தான் விரும்பிப் பாப்பாங்க."

"ஆமாம், வெள்ளைக்காரங்க சிற்பங்களையும் கட்டுமானத்தையும் ரசிச்சு பார்ப்பாங்க. கிழக்குக் கோபுர வாசலில் நுழைந்தவுடன் இருப்பது அட்ட சக்தி மண்டபம். சக்தியின் எட்டு வடிவங்கள் இங்கே இருக்காங்க. முதலிப்பிள்ளை மண்டபத்தில் தாருகாவனத்து ரிஷிகளின் ஆணவத்தை சிவபெருமான் அழித்த கதை தொடர்பான சிற்பங்கள் உள்ளன. பிட்சாடானர் சிலையும் மோகினி சிலையும் முக்கியமானவை. சங்கிலி மண்டபத்தில் பதினொரு சிற்பங்கள் உள்ளன. இதில் அர்ச்சுனனின் சிற்பம், தாடி மீசையுடன் செதுக்கப்பட்டுள்ளது. கம்பத்தடி மண்டபச் சிற்பங்கள் மிக முக்கியமானவை. இதை நந்தி மண்டபம் என்றும் அழைக்கிறார்கள். இம்மண்டபம் கிருஷ்ணப்ப நாயக்கரால் கட்டப்பட்டு, பின்னர், நகரத்தார் சமூகத்தால் புதுப்பிக்கப்பட்டது. இம்மண்டபத்தில் சிவபெருமானின் இருபத்தைந்து உருவங்கள் செதுக்கப்பட்டுள்ளன. இதில் உள்ள எல்லாச் சிற்பங்களுமே முக்கியமானவை. என்னைக் கேட்டால், மீனாட்சி சுந்தரேஸ்வரர், அர்த்தநாரீஸ்வரர், கஜசம்ஹாரமூர்த்தி ஆகியோரை முக்கியமாகச் சொல்வேன்."

"கம்பத்தடி மண்டபத்தின் பின் பகுதியில் அக்னிவீரபத்திரர், அகோர வீரபத்திரர், ஊர்த்துவ தாண்டவர், காளி சிற்பங்கள் சுமார் எட்டு அடி உயரத்தில் உள்ளன."

"ஆயிரங்கால் மண்டபத்தின் முகப்பில் உள்ள குறவன் – குறத்தி சிற்பங்கள் நுட்பமானவை. உள்வரிசைச் சிற்பங்களில் பாணன் – விறலியும் உள்மண்டபச் சிற்பங்களில் அன்னத்தின் மீது அமர்ந்திருக்கும் ரதி சிலையும் மோகினி சிலையும் முக்கியமானவை."

"போதும், போதும் முன்னாள் வைஸ்ராயின் மகனும் மருமகளும் கோயிலைப் பாக்க மதுரைக்கு வர்றதாகத் தகவல். நீ காண்பிச்சுக்கிட்டே வா. நான் கண்ணைக் காண்பிச்சேன்னா நீ அடுத்த சிற்பத்தை நோக்கிப் போயிரு. அதுக்கு அவசியமில்லாம நடந்துக்கிறது உன் கையிலே இருக்கு."

டீ வந்தது. தாசில்தாரும் சிங்காரமும் டீ குடித்தார்கள். "தம்பி, கலெக்டர் உன்னைப் பாக்கனும்னு சொன்னா கூட்டிட்டுப் போறேன். கலெக்டரும்கூட வர்றேன்னு சொல்லியிருக்கார். வைஸ்ராய் மகனும் மருமகளும் வர்றப்ப கரெக்டா டயத்துக்கு வந்துறனும். நல்லா கவனிச்சு அனுப்பனும்னு கலெக்டர் சொல்லியிருக்கார்."

சிங்காரம் தலையாட்டினான். "அப்ப நான் உத்தரவு வாங்கிக்கவா."

"போய்ட்டு வா. ப்ரோகிராம் முடிவானதும் கர்ணத்திடம் சொல்லிவிடறேன்."

சிங்காரம் வீட்டிற்கு வந்தான். வாசலில் பசுமாடு கட்டப்பட்டிருந்தது. கன்று இருந்தது. வீட்டிற்குள் நுழைந்தான். "ரேவதி ... ரேவதி ..." என்று கத்தினான். அவள் அடுப்படியில் மாவாட்டிக்கொண்டிருந்தாள். "என்ன இன்னேரத்திலே மாவாட்டிக்கிட்டிருக்கே" என்றான்.

"ஆமா, இட்லிக்கு மாவு இல்லை. பையன் இல்லாத நேரத்திலே சில வேலைகள் செய்தாத்தான் உண்டு. ஏன் கத்திக்கிட்டே வர்றீங்க"

"இன்னைக்கி தாசில்தார்கிட்டே கிராமகர்ணம் கூட்டிட்டுப் போனார். இந்த கர்ணம் கிட்டே சான்று வாங்க எப்படி அலைஞ்சிருப்போம். இப்ப இந்த சிங்காரம் தயவு கர்ணத்துக்கும் தாசில்தாருக்கும் வேண்டியிருக்கு. நீ சொல்லுவேயே கைடா போய் என்னத்தக் கண்டேன்னு. இப்ப பெரிய ஆபர் வந்துருக்கு. இந்தியாவை வெள்ளைக்காரங்க ஆண்டப்ப வைஸ்ராய்னு இருந்தாங்க. இப்ப நம்ம பிரதம மந்திரி, ஜனாதிபதி மாதிரின்னு வைச்சுக்க. அவரோட மகனும் மருமகளும் மதுரை மீனாட்சியம்மன் கோயிலுக்கு வர்றாங்களாம். எனக்குக் கோயிலைப் பத்தி என்ன தெரியும்னு தாசில்தார் கேட்டார் ... நான் எடுத்துவிட்டேன் பாரு, அசந்து போயிட்டார்."

"ஆமா ... பெருமைதான் ..." என்றாள் ரேவதி.

எதற்காகவோ அவள் எழுந்து நின்றபோது சிங்காரம், அவளைக் கட்டிப்பிடித்தான். அவனை அவள் தள்ளிவிட

முயன்றபோது, கையில் ஒட்டியிருந்த மாவு அவன் மேல் பட்டது. அவள், "மாவு... மாவு..." என்றாள்.

"கழுவிக்கலாம்... சட்டையைத் துவைச்சுக்கலாம்" என்றான். அவள் காலை அகட்டி உட்கார்ந்து ஒரு கையினால் மாவைத்தள்ளி ஆட்டும் காட்சி அவனுக்கு மனக்கிளர்ச்சியை ஏற்படுத்திவிட்டது.

அவன் சென்று கதவைச் சாத்தித் தாழிட்டான்.

39

ஜான் ஹோப்பும் லிசாவும் மதுரை வந்து அரசாங்க ஏற்பாட்டில் தங்கியிருந்தார்கள். ஏற்கனவே வந்திருந்த ராகவன் அவர்களைப் பார்க்க வந்திருந்தான்.

"இந்த ஊரில்தானே உங்கள் தந்தை இருக்கிறார்..." என்றார், ஜான் ஹோப்.

"ஆம், இங்குதான் இருக்கிறார்."

"நாங்கள் அவரைப் பார்க்க விரும்புகிறோம்."

"அப்படியானால் நான் அவரை இங்கு அழைத்து வருகிறேன்."

"வேண்டாம், நாங்கள் சென்று அவரைப் பார்க்க விரும்புகிறோம்."

"சரி, நான் அழைத்துச் செல்கிறேன். இங்கு வசதிகள் எப்படி இருக்கின்றன"

"வசதிகளைப் பெரிதாக எதிர்பார்க்க முடியாது. காலையில் கலெக்டர் வந்து மரியாதை நிமித்தமாகப் பார்த்தார். அவருடைய அலுவலகத்தைச் சேர்ந்த ஊழியர்களும் போலீசும் எனக்கு உதவியாக இருக்கிறார்கள். எனது தேவையை அறிந்து உதவி செய்கிறார்கள்."

"எப்போது மீனாட்சியம்மன் கோயிலுக்குச் செல்கிறீர்கள்?"

"நாளை காலையில் செல்லலாம் என்று முடிவு செய்திருக்கிறார்கள். கலெக்டர் கூட வருகிறேன் என்று சொல்லியிருக்கிறார். எனக்குச் சிற்பங்களைப் பார்ப்பதில் ஈடுபாடு உண்டு என்று கூறியிருக்கிறேன்."

"நான் ஒரு காபி குடிக்கிறேன். நீங்கள் என் தந்தையைப் பார்க்கத் தயாராகுங்கள்" என்று

அறையை விட்டு வெளியே வந்து, அங்கு இருந்தவர்களிடம் காபி கொண்டுவரும்படி கூறினாள்.

அங்கிருந்தவர்களில் ஒருவர், "சார், தமிழா" என்றார்.

"சுத்தத் தமிழன்" என்றான் ராகவன்.

"இங்கிலாந்துலே இவுங்க பெரிய ஆட்களா சார்"

"ஆமாம், இந்தியாவை பிரிட்டிஷ்காரங்க ஆண்டப்ப, இப்ப வந்திருக்கார்லே, அவரோட அப்பா வைஸ்ராயாக இருந்தார்."

ஜான் ஹோப்பும் லிசாவும் அறையிலிருந்து வெளியே வந்தார்கள். அனைவரும் காரை நோக்கிச் சென்றார்கள். கார் சென்றுகொண்டிருந்தது.

"எவ்வளவு மனிதர்கள் நடந்தும் சைக்கிளிலும் செல்கிறார்கள்... சின்னக் கடைகளாக இவ்வளவு கடைகள் இருக்கின்றனவே... மக்களின் வாழ்க்கைத்தரம் எப்படியிருக்கிறது"

"மக்களின் வாழ்க்கைத்தரம் இன்னும் உயரவேண்டும். ஆனால், முன்பு இருந்ததிலிருந்து மாறியிருக்கிறது. படிப்பறிவு கூடியிருக்கிறது. கிராமங்களிலிருந்து மக்கள் நகரங்களுக்கு வேலைவாய்ப்பு காரணமாக நகர்ந்திருக்கிறார்கள்."

கார் நின்றது. சங்கரலிங்க நாடார் வாசலில் நின்றிருந்தார். கதரில் வேஷ்டி, சட்டை, துண்டு அணிந்திருந்தார். ஜான் ஹோப்பும் லிசாவும் அவரிடம் கைகுலுக்கி வாழ்த்துக் கூறினார்கள். உள்ளே சென்று சோபாவில் அமர்ந்தார்கள்.

"உங்கள் உடல்நலம் எவ்வாறு இருக்கிறது" என்றார் ஜான் ஹோப்.

"நன்றாகயிருக்கிறது. நாங்கள் மிகவும் தாழ்வான நிலையில் இருந்து மேலே வந்தவர்கள்."

"நான் அறிவேன். ராகவன் கூறியிருக்கிறார். நீங்கள் எப்படி வாழ்வில் உயர்ந்தீர்கள் என்பதை எனக்குச் சுருக்கமாகக் கூறுங்கள். நாங்கள் அறிந்துகொள்கிறோம். இந்தியாவின் ஒரு முகத்தை நாங்கள் அறிவதற்கு உதவியாக இருக்கும்."

"எங்களின் குலத்தொழில்கள் இறக்குவது. ஆரம்பத்தில் நான் பனைமரம் ஏறி கள் இறக்கிக் கூலி பெற்றுக்கொண்டு வந்தேன். அப்போது நாங்கள் கோயிலுக்குள் நுழைய முடியாது. என் தந்தை சிவகாசி கோயில் நுழைவின்போது ஏற்பட்ட கலவரத்தில் காயம்

அடைந்தார். ஜெயிலுக்குப் போனார். அதன் பிறகு அவருக்கு உடல்நலமின்மை ஏற்பட்டது. வாழ்வில் உயர வேண்டும் என்ற உந்துதல் எனக்கு ஏற்பட்டது. என் தந்தை உயிரோடு இருந்தபோதே குடியிருந்த சொந்த வீட்டை விற்று குத்தகைக்கு நிலங்களை எடுத்து கள் இறக்கலாம் என்று அவரிடம் கூறினேன். என் போக்கில் செல்வதற்கு அவர் தடை ஏதும் கூறவில்லை. குத்தகை நிலங்களில் நானே மரம் ஏறுவேன். கூலிக்கு ஆட்களை வைத்தேன். தூங்கும்போது கரிய பனைகளின் பெருமூச்சு எனக்குக் கேட்கும். கள் விற்கும் லைசென்ஸ் வாங்கி வைத்திருந்தேன். கள் வியாபாரம் அமோகமாக நடந்தது. நல்ல வருமானம். செல்வம் சேர்ந்தது. மதுவிலக்குச் சட்டம் கொண்டுவரப்பட்டது. எனக்குப் பெரிய அதிர்ச்சி ஏற்பட்டது. கலங்கிப்போனேன். மக்கள் மதுவிலக்கை வரவேற்றார்கள். காங்கிரஸ் கட்சி ஆதரித்தது. எனக்குப் பைத்தியம் பிடித்தாற்போல இருந்தது. கள்ளத்தனமாக வியாபாரம் செய்வதில் விருப்பம் இல்லை. எதிர்கால வாழ்க்கை இருளாக இருந்தது. என்ன தொழிலில் இறங்குவது என்று தெரியவில்லை. சின்னச் சின்ன தொழில் செய்தேன். கோயில் பிரவேசம் தொடர்பான காங்கிரஸ் கட்சிக் கூட்டத்தில் சக்ரா ஆங்கிலப் பத்திரிகையில் பணிபுரிந்த அம்பிகாவை நான் தற்செயலாகச் சந்தித்தேன். முற்போக்கு எண்ணம் கொண்ட அபூர்வமான பெண். என் வாழ்க்கையின் போக்கு அவளால் மாறியது. 1939ஆம் ஆண்டு ஜூலை மாதம் 8ஆம் தேதி ஹரிஜன சேவா சங்கத்தின் தலைவர் வைத்தியநாத அய்யர், ஐந்து ஹரிஜனங்களையும் ஒரு நாடாரையும் அழைத்துக்கொண்டு மதுரை மீனாட்சி அம்மன் கோயிலில் ஆலயப்பிரவேசம் செய்தார். கோயில் நிர்வாக அதிகாரியாக ஆர். எஸ். நாயுடு இருந்தார். ராகவனைக் கூட்டிக்கொண்டு ஆலயப்பிரவேசத்தை வேடிக்கை பார்க்கச் சென்றிருந்தேன். ராகவன், ‘பயமாயிருக்கு’ என்றான். எனக்கும் பயமாகத்தான் இருந்தது. அய்யரின் குழு கோயிலில் நுழைந்தது. நிர்வாக அதிகாரியின் குழு வரவேற்றது. நாங்கள் வெளியே நின்று வேடிக்கை பார்த்தோம். சில நாட்கள் கழித்து பயந்துகொண்டே மீனாட்சி அம்மன் கோயிலுக்குச் சென்றேன். நல்ல வேளையாக என் உறவினர் ஒருவரும் அங்கு வந்திருந்தார். இருவருக்கும் ஒருவருக்கொருவர் துணை. கோயிலுக்குள் நுழைந்தோம். எவ்வளவு பெரிய கோயில். மியூசியம் மாதிரி இருந்தது. அவ்வளவு சிற்பங்கள். நாங்கள் என்ன கெடுதி செய்தோம். ஏன் எங்களை அனுமதிக்க மறுத்தார்கள். நுழைந்தால் தீட்டு என்று சொன்னார்கள். எங்களுக்கும் கீழே ஹரிஜனங்கள் ஊருக்கு வெளியே வசித்தார்கள். மதுரை ஆலயப்பிரவேசத்திற்குப் பின்னர் மதுரையிலுள்ள எல்லாக் கோயில்களும் இந்து மதத்திலுள்ள அனைத்து ஜாதியினருக்கும் திறந்துவிடப்பட்டன. அதன் பிறகும் ஸ்ரீரங்கம் கோயில் திறந்துவிடப்படவில்லை. இந்து என்டோமெண்ட்

மந்திரியையே மறித்துப் போராட்டம் செய்தார்கள். தடியடி நடந்தது. பிராமணப் பெண்களைப் போராட்டக் களத்தின் கேடயங்களாகப் பயன்படுத்தினார்கள். நானும் அம்பிகாவும் அந்த இடத்திலிருந்து தப்பித்து வந்தோம். வேறு வழியில்லாமல் பிறகு அந்தக் கோயிலும் திறந்துவிடப்பட்டது. நாங்கள் இழிவுபட்ட கதையை அல்லவா சொல்லிக்கொண்டிருக்கிறேன். நான் உயர்ந்த கதையைச் சொல்கிறேன். பிரிட்டிஷ்காரர்கள் பஞ்சாலைத் தொழிலுக்கு முக்கியத்துவம் கொடுத்தார்கள். இந்தியர்கள் அங்கு வேலை பார்த்தார்கள். ஜேம்ஸ் மில்லின் ஜி.எம். எட்வர்ட் ஜென்னரை அம்பிகா எனக்கு அப்போது அறிமுகம் செய்து வைத்தாள். ஏனோ எனக்கு உதவவேண்டும் என்ற எண்ணம் அவளுக்கு ஏற்பட்டிருக்கிறது. எட்வர்ட் ஜென்னரின் உதவியால், பருத்திப் பஞ்சை பஞ்சாலைக்கு விற்பனை செய்யும் தொழிலில் ஈடுபட்டேன். அவர் ஜேம்ஸ் மில்லின் ஜி.எம். மில்லுக்கு என்னிடம் பெரிய அளவில் பஞ்சு வாங்க அவர் ஏற்பாடு செய்தார். அம்பிகாவிற்கும் எட்வர்ட் ஜென்னருக்கும் திருமணம் நடந்தது. அம்பிகா பிராமண ஜாதியில் பிறந்தவள். அவளை ஜாதிப்பிரஷ்டம் செய்துவிட்டார்கள். இந்தியா சுதந்திரமடைந்தது. அதன்பின் இந்தியாவில் இருப்பதை பிரிட்டிஷ்காரர்கள் விரும்பவில்லை. எட்வர்ட் ஜென்னரும் அம்பிகாவும் பிரிட்டன் சென்றார்கள். அங்கு அவர்களுக்குத் தொழில் உள்ளது. போகும்போது ராகவனையும் அழைத்துக்கொண்டு போவதாகச் சொன்னார்கள். அவர்களுக்கு உதவியாக இருக்கும் என்றார்கள். அது என்னுடைய அதிர்ஷ்டம் அல்லவா. அம்பிகாவும் எட்வர்ட் ஜென்னரும் பிரிட்டனுக்கும் மெட்ராஸிற்கும் வந்துசென்றுகொண்டிருக்கிறார்கள். சில சமூகநலத் திட்டங்களை, குறிப்பாக, பெண்களுக்குப் பயன்படும் வகையில் நிறைவேற்ற அம்பிகா நினைத்திருந்தாள். அதற்கான வேலைகள் முடிந்து செயல்படுகின்றன. பெரிய அளவில் அதன் பயன்பாடு இருக்கப்போகிறது. நான் இந்த வேலையில் அவளுக்கு உதவியாக இருக்கிறேன். எங்களது சமூகம் இன்று வணிகத்தில் பெரிய அளவில் ஈடுபட்டுள்ளது. எங்கள் வீட்டிற்கு பிரிட்டிஷ் இந்தியாவின் வைஸ்ராயாக இருந்தவரின் மகனும் மருமகளும் வந்தது எங்களுக்குப் பெருமிதம்."

"நீங்கள் உங்கள் வரலாற்றைப் புத்தகமாக எழுதலாமே. சுவாரஸ்யமாக இருக்கும்."

"எனக்கு அதற்கெல்லாம் திறமை போதாது. அதெல்லாம் நடக்கும் என்று தோன்றவில்லை."

"நாளை காலை நாங்கள் மீனாட்சி அம்மன் கோயிலுக்குச் செல்கிறோம்.

"போய்ப் பாருங்கள். பார்க்க வேண்டிய இடம்."

அவர்களை வழியனுப்பிவிட்டு வீட்டுக்குள் நுழைந்தார். நீண்டகாலத்திற்குப் பிறகு கரிய பனைகளின் பெருமூச்சை அப்போது அவர் உணர்ந்தார்.

❖ ❖ ❖

40

சிங்காரத்திற்கு தாசில்தாரிடமிருந்து அழைப்பு வந்தது. தாசில்தார் முன்பு, கர்ணம், கிராம முன்சீப், ரெவின்யூ இன்ஸ்பெக்டர், தலையாரி இன்னும் சிலர் நின்றுகொண்டிருந்தார்கள்.

தாசில்தார், சிங்காரத்திடம் கூறினார். "சூதானமாக இருக்கணும். பெரிய இடம். கலெக்டரும் கூட வரேன்ட்டு சொல்லியிருக்கார். கலெக்டர்ட்டே எல்லா ஏற்பாடும் பண்ணியாச்சுன்னு சொல்லிட்டேன். வீட்லே நல்லா ஒத்திகை பாத்துக்க. நாளைக்கி காலைலே கர்ணம் சொல்ற நேரத்துக்கு இந்த ஆபீசுக்கு வந்துரு. நாம எல்லோருமா சேந்து போறம்."

பிறகு, கர்ணத்தைப் பார்த்து, "கர்ணம், நீயே சிங்காரம் வீட்டுக்குப் போயி அவரைக் கூட்டியாந்துரு. ஏதும் குழம்பியரக்கூடாது" என்றார்.

அடுத்த நாள் காலை குறிப்பிட்ட நேரத்தில் அனைவரும் கூடினார்கள். ஆர்.டி.ஓ. வந்தார். கலெக்டர் வந்தார். ஜான் ஹோப் தங்கியிருந்த அறைக்குள் கலெக்டர் சென்றார். ஜான் ஹோப், லிசா, கலெக்டர் மூவரும் சற்று நேரத்தில் அறையிலிருந்து வெளியே வந்தார்கள். வெவ்வேறு வாகனங்களில் மீனாட்சியம்மன் கோயிலை நோக்கிப் புறப்பட்டார்கள்.

கிழக்குக் கோபுர வாசலில் பட்டர்கள் நின்று கும்ப மரியாதை செய்தார்கள். அஷ்டசக்தி மண்டபத்தில் நுழைந்தார்கள். தாசில்தார் சிங்காரத்தைப் பார்த்தார். சிங்காரம் முன்னால் வந்து கூறினான். "சக்தியின் எட்டு வடிவங்கள் இந்த மண்டபத்தில் உள்ளன. இந்தச் சிலை ரௌத்திரி. கோப குணத்தைக் காண்பிக்கும் சிற்பம். இங்குள்ள

மொத்த சிற்பங்களிலும் மெலிந்த உருவமாக இந்தச் சிற்பம் உள்ளதைக் கவனியுங்கள். வாயில் இரண்டு புறமும் கோரைப்பல் நீண்டுள்ளது. பாம்பும் உடுக்கையும் சூலாயுதமும் கைகளில் உள்ளன. கண்களைக் கவனியுங்கள். நன்றாக விழித்துப் பார்க்கிறது. வயிற்றுப் பகுதியின் மடிப்புகளைக் கவனியுங்கள்."

ஜான் ஹோப் சிற்பத்தைக் கூர்ந்து பார்த்தார். பட்டர்கள் அப்போதுதான் அந்தச் சிற்பத்தைப் பார்த்தார்கள். அடுத்து முதலி மண்டபம். அங்குள்ள சிற்பங்களின் அழகில் ஜான் ஹோப் லயித்தார். மோகினி சிலையைச் சுட்டிக்காட்டினார். சிங்காரம், "பாருங்கள். என்ன திடமாகவும் எவ்வளவு வாளிப்பாகவும் இந்தச் சிற்பம் உள்ளது. அதனால்தான் மோகினி. மோக வடிவானவள். அங்கங்கள் எல்லாம் திடமாக வடிவமைக்கப்பட்டுள்ளன. தாருகாவனத்து ரிஷி பத்தினி இந்தச் சிற்பம். தலையில் போட்டுள்ள கொண்டையைக் கவனியுங்கள். ஒரு பக்கமாக அந்தக் கொண்டை உள்ளது. கழுத்து ஒரு பக்கமாகச் சாய்ந்துள்ளது. இடுப்புப் பகுதியின் வளைவைக் கவனியுங்கள். இடது கையை இடுப்பிற்குக் கீழே வைத்திருக்கும் அழகைக் கவனியுங்கள்."

"என்ன இது. இந்தச் சிற்பம் நிர்வாணமாக இருக்கிறது." என்றார் ஜான் ஹோப்.

"ஆம், அது சிவபெருமானின் வடிவம். பிச்சாடானர் என்று பெயர்" என்ற சிங்காரம், அவர்களை பொற்றாமரைக்குளம் இருந்த பகுதிக்கு அழைத்துச் சென்றான். பொற்றாமரைக்குளத்தின் அழகை ரசித்தார். லிசாவிடம் ஏதோ கூறினார். அவள் தலையசைத்தாள். பட்டர்களுக்கு சிற்பங்களைப் பார்த்துக்கொண்டிருப்பது அலுப்பாக இருந்தது. கம்பத்தடி மண்டபத்தருகே காத்திருப்பதாகக் கூறிவிட்டு அவர்கள் சென்றுவிட்டார்கள். சிற்பங்களின் வேலைப்பாட்டை கலெக்டர் இப்போதுதான் முதன்முறையாகக் கவனிக்கிறார்.

பொற்றாமரைக்குளத்தின் மேற்கே உள்ள சங்கிலி மண்டபத்தில் உள்ள பாண்டவர்களின் சிற்பங்களையும் அத்துடன் கர்ணன், வாலி, சுக்ரீவன் சிற்பங்கள் இடம்பெற்றிருப்பதையும் சிங்காரம் காட்டினான். அங்கிருந்த புருஷாமிருகம் சிலையின் முன் ஜான் ஹோப் நின்றார். "இந்தச் சிற்பம் மனிதனும் மிருகமும் கலந்த நிலையில் உள்ள சிற்பம்" என்றான் சிங்காரம்.

"ஆயிரங்கால் மண்டபம் எங்கிருக்கிறது? நான் அதைப் பார்க்க வேண்டும்" என்றார் ஜான் ஹோப்.

"அதைக் கடைசியாகப் பார்க்கலாம்."

சுரேஷ்குமார இந்திரஜித்

“இல்லை, நான் ஆயிரங்கால் மண்டபம் பற்றி நிறையக் கேள்விப்பட்டிருக்கிறேன். கடைசியாக நீங்கள் சொன்ன இடத்திற்குச் செல்வோம்.”

ஆயிரங்கால் மண்டபத்திற்குச் சென்றார்கள். மண்டபத்தின் வாசலில் இருந்த குறவன், குறத்தி சிற்பங்களைப் பார்த்து அசந்து நின்றார். “இந்த மனிதர்கள் விசித்திரத் தோற்றத்தில் இருக்கிறார்களே” என்றார்.

“ஆம், அவர்கள் குறவன், குறத்தி. கிட்டத்தட்ட ஆதிவாசிகள் மாதிரி. குறவன், குறத்தி நடனம் கிராமப்புறங்களில் இன்றும் நடக்கின்றன. படிநிலையில் கீழானவர்கள் அவர்கள். பாருங்கள், ஓலையில் பின்னிய கூடையைக் குறத்தி வைத்திருப்பதை. உடலமைப்பும் வேறுபட்டிருப்பதைக் கவனியுங்கள்.”

உள்ளே நுழைந்தார்கள். ஒரு சிற்பத்தைக் காண்பித்துக் கேட்டார் ஜான் ஹோப்:

“அது விறலி. இசை, நடனம் தெரிந்தவர்களை விறலி என்பார்கள். கையில் இசை வாத்தியம் இருக்கிறது. கூந்தல் அலங்காரத்தைக் கவனியுங்கள். கழுத்திலும் மார்பிலும் இருக்கும் ஆபரணங்களைப் பாருங்கள். காதுகளில் தொங்கும் வளையத்தைப் பாருங்கள். நடுவில் துவாரம் இருக்கிறது. இசை, நடனம் தெரிந்த பெண்ணுக்குரிய உடலமைப்பைக் கொண்டுவருவதற்கு அந்தச் சிற்பி எவ்வளவு கற்பனைகள் பண்ணியிருப்பான். வயிற்றுப்பகுதி சிறுத்து, இடுப்பு பெரிதாக உள்ளது. இடுப்பில் அணிந்துள்ள ஆபரணங்கள் முழங்கால் வரை அடுக்கடுக்காக அமைந்துள்ளன. அழகான சிற்பங்களில் ஒன்று.”

“இங்கும் பிச்சாடானர் இருக்கிறார் போலிருக்கிறதே” என்று நிர்வாணச் சிற்பத்தைக் காண்பித்துக் கேட்டார் ஜான்ஹோப்.

“ஆம், இருக்கிறார். அச்சிற்பத்தின் கால் அமைப்பைப் பாருங்கள்.”

“இதென்ன சிலை? அழகான பெண்ணாக இருக்கிறது.”

“ஆம், இதுவும் மோகினி. மோகத்தைத் தூண்டுகிறவள். மோகத்திலிருந்து ஆண்கள் தப்பிப்பது கடினம். நிற்கும் தோரணையைப் பாருங்கள். கூந்தல் அலங்காரத்தையும் கொண்டையையும் பாருங்கள். கைகளிலும் தோள்களிலும் உள்ள ஆபரணங்கள் மோகினிக்கு வசீகரத்தைத் தருகின்றன. கழுத்தில் மூன்று அடுக்குகளாக ஆபரணங்கள் உள்ளன. முதல் ஆபரணம் கழுத்தை ஒட்டியுள்ளது. அடுத்த ஆபரணம் அதைக்காட்டிலும்

பெரியது. ஆனால் மார்பகத்தைத் தொட வில்லை. மார்பகத்திற்கு முன்னுள்ள பகுதியோடு ஆபரணத்தின் நீளம் முடிந்துவிடுகிறது. மூன்றாவது ஆபரணம் பெரியது. இரண்டு மார்பகங்களின் மீது அமர்ந்து, மார்பகத்திற்குக் கீழே அதன் நீளம் முடிவடைகிறது. மற்றச் சிற்பங்களில் இருப்பது போல வயிறு வெளியே தெரியவில்லை. மெல்லிய ஆடை போல் தோற்றம் தரும் ஆடை வயிற்றிலிருந்து கால் வரை இறங்கியுள்ளது. அந்த ஆடை அலை அலையாக இருப்பது அதன் மெல்லிய தன்மையை உணர்த்துகிறது. இடுப்பில் ஓர் ஆபரணம் உள்ளது. அடுத்தாற்போல முழங்கால் வரை மூன்று ஆபரணங்கள் உள்ளன. சிறப்பான சிற்பம்" என்றான் சிங்காரம்.

சிங்காரத்தைப் பார்த்து ஜான் ஹோப், "உன் பெயரென்ன" என்றார்.

"சிங்காரம்"

சிங்காரம், "நீங்கள் இந்தப் பெண் சிற்பம் மோகினியை நன்றாக ரசித்திருக்கிறீர்கள். இல்லையா லிசா..."

"ஆம், நான் ஆபரணங்களையும் கூந்தல் அலங்காரத்தையும் மெல்லிய தன்மையை உணர்த்தும் ஆடைகளின் அழகையும் ரசித்தேன். அழகு" என்றாள் லிசா.

"இதென்ன ஒரு பெண், ஒரு பறவையின் மேல் உட்கார்ந்திருக்கிறாள்."

"ஆமாம், முதலில் உங்கள் பாராட்டுதல்களுக்கு என் நன்றிகள். இது ரதியின் சிற்பம். ரதி என்பவள் காமத்திற்கு அதிபதி. அவளுடைய காதலன் மன்மதன். மன்மதனும் ரதியும் காமத்தின் குறியீடுகள். அவள் உட்கார்ந்திருக்கும் பறவையின் பெயர் அன்னம். இந்தப் பறவை பழைய இலக்கியங்களில் பாடப்பட்டிருக்கிறது. காதலனுக்கும் காதலிக்கும் இடையே தூது செல்லும் அழகான பறவை அன்னம். அந்த அன்னத்தின் மேல் சிற்பி ஏற்படுத்தியுள்ள நுட்பமான அலங்காரங்களைப் பாருங்கள். அன்னத்தின் மேல் ஒரு காலை மடித்து ஒரு காலைத் தொங்கப்போட்டு ரதி உட்கார்ந்திருக்கும் தோரணையைப் பாருங்கள். ஒரு கை அன்னத்தின் தலையைப் பற்றியிருக்கிறது. இன்னொரு கை மேலே தூக்கியிருக்கிறது. முழங்கைக்கு மேலே இரு கைகளிலும் ஆபரணங்கள் உள்ளன. தலை அலங்காரம் கிட்டத்தட்ட விறலியின் அலங்காரம் போல் உள்ளது. விறலி கொண்டை போட்டிருக்கிறாள். ரதியிடம் கொண்டை இல்லை. சிறிய வசீகரமான முகம். தோள்களிலும் கழுத்திலும் ஆபரணங்கள் உள்ளன. ஒரு ஆபரணம் மார்பகங்களின் மேல் படிந்து கீழே இறங்காமல் உள்ளதைப் பாருங்கள்.

பிற சிற்பங்களையும் பார்த்தார்கள். சிங்காரம் விவரித்துக்கொண்டே வந்தான். கண்ணாடிக் கூண்டிற்குள் நிற்கும் ஒரு வெண்கலப் பெண் சிலையைக் கண்டு அவர் திகைத்து நின்றுவிட்டார். 'எடுப்பான மார்பகங்கள். வலிமையான தேகம், ஆபரணங்களின் அழகு. இந்த வெண்கலச் சிலை ஆண்களின் மனதைக் காமத்தினால் வதைக்கக்கூடியது' என்று அவருக்குத் தோன்றியது.

"இந்த வெண்கலச் சிலையின் தலை அலங்காரத்தையும் தேகக்கட்டையும் மார்பகங்களையும் பாருங்கள். கையில் வைத்திருப்பது விளக்கு. பாவை விளக்கு என்று அழைப்பார்கள். இது ஒரு முக்கியமான சிலை" என்றான் சிங்காரம்.

ஜான் ஹோப்பின் மனதில் விறலி, ரதி, மோகினி, பாவை விளக்கு சிலை மனதில் அலைந்துகொண்டிருந்தன. அவருக்கு ஐயோனா நினைவு ஏற்பட்டது. ஒரு விருந்தில் அவளைச் சந்தித்தார். ஸ்காட்லாண்டின் மேற்குக் கரையோரம் அமைந்துள்ள ஒரு சின்னஞ்சிறு அழகான தீவின் பெயர் ஐயோனா. அவள் அந்தப் பெயரைக் கொண்டிருந்தாள். அவள் மேல் ஜான் ஹோப்பிற்கு ஈடுபாடு ஏற்பட்டது. அவளுக்குத் திருமணமாகியிருந்தது. கணவன் மேல் மிகுந்த காதல் கொண்டவளாக இருந்தாள். அவளை அடைய அவரால் முடியவில்லை. அவளுக்குத்தான் இப்படி மார்பகங்களும் தேகக்கட்டும் இருந்தன.

ஆயிரங்கால் மண்டபத்தை விட்டு கம்பத்தடி மண்டபத்திற்கு வந்தார்கள். சிங்காரம் கூறினான்: "இங்கு இருபத்தைந்து சிற்பங்கள் உள்ளன. சில சிற்பங்கள் கலாரீதியாகச் சிறப்பு வாய்ந்தவை. இதற்குப் பின்னால் உள்ள நான்கு உயரமான சிற்பங்களைப் பார்ப்போம். இவை சுமார் எட்டு அடி உயரத்துடன் நிற்கின்றன. கோபக் கடவுள்கள். அக்னி வீரபத்திரர், அகோர வீரபத்திரர், ஊர்த்துவ தாண்டவர் மற்றும் காளி. காளி பெண் கடவுள். எதிரிகளை அழிக்கும் கோபப் பெண்கடவுள். கையில் தரித்திரிக்கும் ஆயுதங்களையும் முகத்தில் தெரியும் கோபத்தையும் பாருங்கள். இங்குள்ள நான்கு சிற்பங்களிலும் தலை முதல் கால் வரை கோபம் கொந்தளித்துக்கொண்டிருக்கிறது. தீயவர்களை அழிக்கும் கடவுள்கள். கம்பத்தடி மண்டபத்தில் உள்ள அனைத்துச் சிற்பங்களுமே நுட்பமானவை. இது அர்த்தநாரீஸ்வரர். ஆண் பாதி, பெண் பாதி சேர்ந்த சிவன் வடிவம். இடப் பக்கம் பெண்ணாகத் தெரிவதையும் வலப் பக்கம் ஆணாகத் தெரிவதையும் பாருங்கள். தலையிலிருந்து கால் வரை வித்தியாசத்தைக் கவனியுங்கள். ஒரு கால் ஆண் காலாகவும் ஒரு கால் பெண் காலாகவும் இருப்பதையும் மார்புப் பகுதியில் மாற்றம் இருப்பதையும் பாருங்கள். இது

கஜசம்காரமூர்த்தி. யானைத்தலை கீழே இருப்பதை, யானையின் உடல் பகுதி கிழிந்த நிலையில், அதில் நின்ற நிலையில் கஜசம்காரமூர்த்தி - அதாவது, யானையைக் கொன்ற மூர்த்தி – வலக்காலை ஊன்றி இடக்காலைத் தூக்கி வெற்றி தரிசனம் தருகிறார். இது சண்டேஸ்வர அனுக்கிரகமூர்த்தி சிற்பம். இதில் பல அடியார்களின் சிற்பங்களும் ஒருசேர வடிக்கப்பட்டிருக்கின்றன. நடராஜர் பற்றி நீங்கள் அறிந்திருப்பீர்கள். இது நடராஜர் சிற்பம். கால்களின் அமைப்பையும் கைகளின் அமைப்பையும் கவனியுங்கள். இப்போது நாம் பார்க்கப்போவது, மீனாட்சி – சுந்தரேஸ்வரார் திருக்கல்யாணச் சிற்பம். மிகுந்த வேலைத்திறனும் நுட்பங்களும் உள்ள சிற்பங்கள் இவை. நடுவில் இருப்பது மீனாட்சி. வலப் பக்கம் இருப்பது பெருமாள். இடப் பக்கம் இருப்பது சுந்தரேஸ்வரார். மீனாட்சிக்குப் பெருமாள் அண்ணன் முறை. அவர் சுந்தரேஸ்வரருக்கு மீனாட்சியைத் தாரை வார்க்கிறார். அதாவது, இருவர் கைகளையும் சேர்த்து வைத்து பெருமாள் நீர் விடுகிறார். இது ஒரு திருமணச் சடங்கு. கணவரிடம் பெண்ணை ஒப்படைக்கும் சடங்கு. மீனாட்சி சற்றே தலையை நாணத்துடன் குனிந்திருக்கிறார். பெருமாளின் வடிவத்திற்கும் சுந்தரேஸ்வரரின் வடிவத்திற்கும் உள்ள வித்தியாசங்களையும் ஆடை அமைப்பில் உள்ள வித்தியாசங்களையும் ஆபரணங்களில் உள்ள வித்தியாசங்களையும் கவனியுங்கள். மூவரின் முழங்கால்களும் மின்னுவதைக் கவனியுங்கள்."

"ஆஹா, எவ்வளவு கலைப்பெருமையை நீங்கள் கொண்டிருக்கிறீர்கள். இந்தச் சிற்பங்களை உருவாக்கியவர்கள் பெயர்கள் தெரியவில்லை. இதற்கு ஏற்பாடு பண்ணியவர்களின் பெயர்கள் மட்டும்தான் தெரிகிறது என்று நினைக்கிறேன். கலைப்பொக்கிஷம், இந்தக் கோயில்" என்றார் ஜான் ஹோப்.

அலுப்புடனும் பதட்டத்துடனும் காத்திருந்த பட்டர்கள் அவர்களுக்கு மாலை அணிவித்து மரியாதை செய்தார்கள். மந்திரம் சொன்னார்கள். முடிந்ததும் பட்டர்கள் தயங்கி நின்றார்கள். உள் மண்டபத்தை நோக்கி ஜான் ஹோப் அடியெடுத்து வைத்தார். பட்டர்களில் ஒருவர், "இந்த எல்லைக்கு மேல் இந்துக்கள் அல்லாதவர்கள் செல்லக்கூடாது" என்றார். அவர் சொன்ன முறை ஜான் ஹோப்பிற்கு எரிச்சலூட்டியது. ஜான் ஹோப்பிடம் கலெக்டர் இங்குள்ள நடைமுறை பற்றியும் அந்த எல்லையில் நாம் இருக்கிறோம் என்றும் இதமாகக் கூறினார்.

"உங்கள் பழக்க வழக்கங்களை நான் அறிவேன். என் தந்தை லார்டு லின்லித்கோ இந்துக்களில் அனைத்து ஜாதியினரும்

கோயிலுக்குள் நுழையும் சட்டத்திற்கு அங்கீகாரம் அளித்து கையெழுத்திட்டபோது அந்த நேரத்தில் நான் அவர் கூட இருந்தேன். வெளியேறும் வழி எங்கிருக்கிறது. நாம் செல்வோம்" என்று கூறி ஜான் ஹோப் லிசாவுடன் நடந்தார். கலெக்டர், பிற அலுவலர்கள் பின்னால் சென்றார்கள்.

41

முப்பத்தைந்து ஏக்கர் நிலத்தைச் சுற்றி காம்பவுண்டு சுவர் உயரமாக எழுப்பப்பட்டிருந்தது. உள்ளே பாதைகள், ரோடுகள் அமைக்கப்பட்டிருந்தன. மின்சார விளக்குகள் இருந்தன. காம்பவுண்டு சுவருக்குள், 'சவிதா குழந்தைகள் இல்லம்', 'சவிதா ஆரம்பப் பள்ளி', 'சவிதா மருத்துவமனை' இயங்கிக்கொண்டிருந்தன. காம்பவுண்டு முகப்பில், 'சவிதா யுனிவர்சல் டிரஸ்ட்' என்ற போர்டு இருந்தது.

குழந்தைகள் இல்லத்தில் ஆதரவற்றக் குழந்தைகள் வளர்க்கப்பட்டுக்கொண்டிருந்தார்கள். மருத்துவமனையில் குறைந்த கட்டணத்தில் மக்கள் சிகிச்சை பெற்றுச் சென்றுகொண்டிருந்தார்கள். ஏழை மக்களுக்கு இந்த மருத்துவமனை உதவியாக இருக்கிறது. ஆரம்பப் பள்ளிக்கூடத்தில் பொருளாதாரத்தில் தாழ்ந்த நிலையில் உள்ள மக்களின் குழந்தைகளுக்குத் தரமான கல்வி வழங்கப்படுகின்றன. அக்ரஹாரத்தில் புரிதாகக் கட்டப்பட்ட மாடி உள்ள வீட்டில் பிராமண விதவைகள் இருக்கிறார்கள். 'சவிதா விதவைகள் இல்லம்' என்ற போர்டு முகப்பில் இருக்கிறது.

சங்கரலிங்க நாடாரும் ரங்கசாமி நாயுடுவும் அறக்கட்டளையின் செயலர்களாக இருந்து இவற்றை யெல்லாம் நிர்வகிக்கிறார்கள். அறக்கட்டளையின் தலைவராக அம்பிகா இருக்கிறாள். இந்தக் கூட்டு நல்ல முறையில் இயங்கிக்கொண்டிருக்கிறது.

ராகவன் சங்கரலிங்க நாடாரின் வீட்டில் தங்கியிருந்தான். எட்வர்ட் ஜென்னரும் அம்பிகாவும் குழந்தை சவிதாவுடன் வந்து குவார்ட்டர்ஸில் தங்கியிருக்கிறார்கள். அவர்கள் சில வருடங்களுக்கு ஒருமுறை இங்கு வந்து தங்கி இந்த சமூகநல நிறுவனங்களையெல்லாம் பார்வையிட்டுச்

செல்கிறார்கள். தற்போது அவர்கள் வந்திருப்பதை முன்னிட்டு அந்த நிறுவனங்களையெல்லாம் அலங்கரித்திருந்தார்கள்.

சங்கரலிங்க நாடாரும் ரங்கசாமி நாயுடுவும் வாசலில் நின்றிருந்தார்கள். கார் வந்து நின்றது. காரிலிருந்து எட்வர்ட் ஜென்னர், அம்பிகா இறங்கினார்கள். அம்பிகாவின் கையில் குழந்தை சவிதா இருந்தாள். குழந்தையிடம், "இதோ பாரு, உன் பேர்லே என்னென்ன காரியங்கள் நடக்குதுனு" என்றாள். குழந்தை தலையாட்டியது. வழக்கம் போல் எட்வர்ட் ஜென்னர் எல்லாவற்றையும் சுற்றிப் பார்த்தார். இந்த நிலத்தைப் பசுமையாகவும் சுத்தமாகவும் வைத்திருப்பதைப் பாராட்டினார். அம்பிகா சில ரிக்கார்டுகளை வாங்கிப் பார்த்தாள். அவளுக்குச் சாதாரணமாக திருப்தி ஏற்படாது. எட்வர்ட் ஜென்னர் இல்லாமல் ஒருநாள் வந்து ரிக்கார்டுகளை சும்மா பார்த்து வைப்போம் என்று நினைத்துக்கொண்டாள்.

அனாதைக் குழந்தைகள் அம்பிகாவைப் பார்த்துச் சிரித்தன. நோயாளிகள் வணக்கம் சொன்னார்கள். டாக்டர்கள் எழுந்து நின்று மருத்துவமனையைச் சுற்றிக்காண்பித்தார்கள். பள்ளியில் நுழைந்ததும் குழந்தைகள் கோரஸாக 'குட்மார்னிங் மேடம்' என்று கோஷமிட்டன. அம்பிகாவிற்கு சந்தோஷமாக இருந்தது. தன் லட்சியங்கள் நிறைவேறி நல்ல முறையில் நடந்துகொண்டிருப்பதைப் பெருமையாக நினைத்துக்கொண்டாள்.

"அக்ரஹாரத்திலுள்ள விதவைகள் இல்லத்திற்குச் செல்லலாமா" என்று சங்கரலிங்க நாடார் கேட்டார். அம்பிகா தயங்கினாள். "அந்தச் சிறுமிகளையும் பெண்களையும் பார்த்தால் மனசுக்குக் கஷ்டமாயிருக்கும். கார்லேயிருந்தே பார்த்துட்டு வந்துருவோம்" என்றாள். பிறகு, அனைவரும் அக்ரஹாரத்திற்குச் சென்றார்கள். அந்த வீட்டை அடைந்தார்கள். இல்லக் கண்காணிப்பாளர் வெளியே நின்றிருந்தாள். அவர்களைப் பார்த்து வணக்கம் சொன்னாள். கீழே இறங்கி உள்ளே எட்டிப் பார்த்தாள் அம்பிகா. சில சிறுமிகள் தெரிந்தார்கள். தலை மழிக்கப்பட்ட சிறுமிகள். அம்பிகாவிற்கு அதிர்ச்சியாக இருந்தது.

"ஏன் இவர்கள் நம்மிடம்தானே இருக்கிறார்கள். முடியை மழிக்காமல் இருக்கலாமே" என்றாள்.

"இங்கே கொண்டுவந்து விடுபவர்கள், இந்த நடைமுறையைக் கடைப்பிடிக்கணும்னு நிபந்தனை விதிக்கிறாங்க. அந்தச் சிறுமிகளும் முடி வளர ஒப்புக்கொள்வதில்லை."

"ஆமாம், அந்தச் சிறுமிகளை அவர்களின் சாஸ்திரத்தைச் சொல்லி மந்தைகளாக ஆக்கி வைத்திருக்கிறார்கள்"

அம்பிகாவும் எட்வர்ட் ஜென்னரும்

என்றாள் அம்பிகா. எல்லாம் மாறும் காலம் வரும் என்று நினைத்துக்கொண்டாள்.

சங்கரலிங்க நாடாரையும் ரங்கசாமி நாயுடுவையும் சில ஊழியர்களையும் குவார்ட்டர்சுக்கு வரச்சொன்னாள். காரில் ஏறிச் சென்றாள். அவர்களும் சென்றார்கள். அனைவருக்கும் விருந்து கொடுத்து நினைவுப்பரிசுகளும் கொடுத்தாள்.

சவிதா இந்தியச் சாயலில் இருந்தாள். சங்கரலிங்க நாடார் அவளைத் தூக்கிக் கொஞ்சினார். "அம்மா மாதிரி வரணும்" என்றார்.

அம்பிகா ஏதோ யோசித்தவளாய் திடீரென்று, "ராகவன் எங்கே" என்று கேட்டாள்.

"தெரியலையே. எங்கே போனான்னு தெரியலையே" என்றார்.

"வேறெங்கு போயிருப்பான். மாலினியைப் பாக்க போயிருப்பான்."

"மாலினியா"

"ஆமாம், மாலினிதான். என்னைவிட ரொம்ப சின்னவ. என் திருமணத்தன்னிக்கு எனக்குத் தோழியா நின்னாளே அவளேதான்" என்றாள் அம்பிகா சிரித்துக்கொண்டே.

"ஆமா, சிரிச்ச முகமா இருந்துச்சு. அழகாவும் இருந்துச்சு. அதுவா..."

"அந்தப் பொண்ணுதான். ரெண்டு பேருக்கும் காதல். நீங்கதான் நடத்தி வைக்கணும்."

"அவுங்க முதலியார் ஜாதியில்லையா..."

"இருந்தா என்ன, ரெண்டு பேரும் மேஜர். ஜாதி, மதம் நமக்கு இல்லை. உங்க இடுப்புலே தோரணைக்காக பிச்சுவா வேற இருக்கு. அப்புறமென்ன கவலை. ஜாம்ஜாமுன்னு நடத்துவோம்" என்று சிரித்தாள் அம்பிகா.

சங்கரலிங்க நாடாரும் சிரித்தார். அவருக்கு மகிழ்ச்சியாக இருந்தது. "அடுத்த போராட்டத்தைச் சந்திப்போம். அம்பிகா தலைமையிலே ஜாம்ஜாம்னு நடத்திருவோம்" என்றார்.

அந்த இடமே சந்தோஷமாகவும் சிரிப்பாகவும் இருந்தது.

❖ ❖ ❖

குறிப்பு

1. இந்நாவலுக்குத் தேவையான ஏராளமான தரவுகளை இணையதளங்கள் மூலமாக அடைந்தேன். இணையத்தின் உபயோகம் எல்லையற்றது.

2. S. Subramania Pillai எழுதிய *Temple Entry Movement in Tamilnadu* என்ற புத்தகத்தின் மூலமும் தரவுகளைப் பெற்றேன்.

3. பாகீரதியம்மாள் எழுதிய '*ஆலய எதிர்ப்பு கும்மி பாட்டுப் புஸ்தகம்*' என்ற புத்தகம் எனக்குக் கிடைக்கவில்லை. நாவலில் பாகீரதியம்மாள் பாடல்களின் முதல் பகுதியாக வரும் பாட்டு, தொ. பரமசிவம் அவர்களின் '*பண்பாட்டு அசைவுகள்*' என்ற நூலில் இருப்பதாகும். பிற பகுதிகள் shodhganga.inflibnet.ac.in என்ற இணையதளத்தில் ஆங்கிலத்தில் இருந்த பாடல்களின் தமிழ் மொழிபெயர்ப்பு.

4. இதேபோல், எஸ். தர்மாம்பாள் எழுதிய '*ஆலயப் பிரவேச கண்டனப் பாட்டுப் புஸ்தகம்*' என்ற புத்தகமும் எனக்குக் கிடைக்கவில்லை. நாவலில் தர்மாம்பாள் பாடல்களின் முதல் பகுதியாக வரும் பாட்டும் தொ. பரமசிவம் அவர்களின் '*பண்பாட்டு அசைவுகள்*' நூலில் இருப்பதாகும். பிற பகுதிகள் shodhganga.inflibnet.ac.in என்ற இணையதளத்தில் ஆங்கிலத்தில் இருந்த பாடல்களின் தமிழ் மொழிபெயர்ப்பு.

5. மேற்கண்ட இணையதளத்தின் மூலம், ஆலயப்பிரவேசம் தொடர்பான பல தகவல்களைப் பெற்றேன். குறிப்பாக, ஸ்ரீரங்கத்தில் நடந்த சம்பவம்.

6. நாவல் தொடர்புடைய சிலரின் படங்களும் TEMPLE ENTRY AUTHORISATION ACT 1947, MADRAS TEMPLE ENTRY AUTHORISATION AND INDEMNITY ACT 1939 *சட்டங்களும்* பின்னிணைப்பில் உள்ளன.

7. *1939ஆம் ஆண்டு சட்டம்*, FEDERAL COURT JUDGEMENT இலிருந்து எடுக்கப்பட்டது.

பின்னிணைப்புகள்

புகைப்படங்கள்

மதுரை அ. வைத்தியநாத அய்யர்

மதுரை மீனாட்சி கோயில் ஆலயப் பிரவேசத்திற்குப் பின்

ஆர். எஸ். நாயுடு

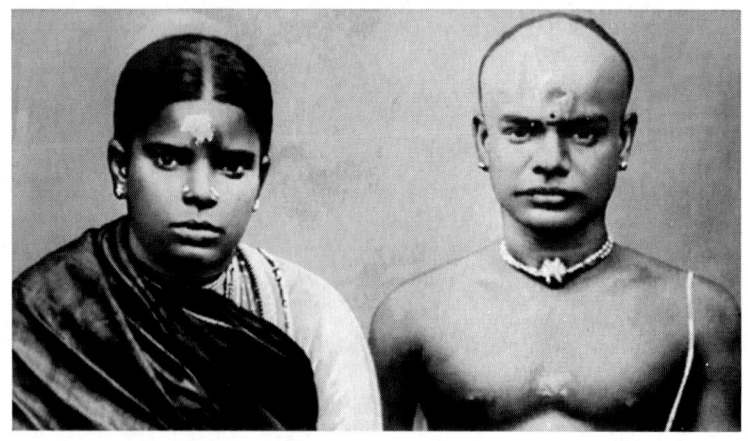

சாந்துப் பட்டர்

தி. சே. சௌ. ராஜன்

லார்டு லின்லித்கோ

ஜான் ஹோப்

லிசா மாம்

ஓமந்தூரார்

ருக்மணி தேவி அருண்டேல்

MADRAS TEMPLE ENTRY AUTHORISATION AND INDEMNITY ACT 1939

MADRAS ACT NO. XXII OF 1939

An Act to authorise and indemnify trustees, officers and other persons in respect of entry into and offer worship in Hindu temples by certain classes of Hindu who by custom or usage are excluded from such entry and worship.

1946

Manikkasundara Bhattar and Others

v.

R. S. Nayudu and Others.

WHEREAS there has been a growing volume of public opinion demanding the removal of the disabilities imposed by custom and usage on certain classes of Hindus in respect of their entry into and offering worship in Hindu temples;

And WHEREAS it is just and desirable to authorise the trustee or other authorities in charge of such temples to throw them open to and permit, persons belonging to the said classes to enter into and offer worship in such temples and that no person should suffer any civil or criminal penalty or disadvantage by reason of anything done in connection with such entry and worship;

AND WHEREAS a situation has arisen in the city of Madura and elsewhere in the Province of Madras in which it has become necessary to identify and protect officers of Government, trustees, priests and other persons in respect of acts done, steps taken or alleged failure of duty on the 8th day of July 1939 and thereafter of the nature aforesaid:

It is hereby enacted as follows:—

Short title and extent.

1. (1) This Act may be called the Madras Temple Entry Authorisation and Indemnity Act, 1939.

(2) It extends to 'the whole of the Province of Madras.

2. No officer of Government, no executive authority, officer or servant of any Local Board or Municipality, no trustee, officer or other authority constituted or acting under the Madras Hindu Religious Endowments Act, 1926, or any other law, no priest or person officiating as such and no person entering or offering worship or assisting or acting under the authority of or with the permission of such, officer, servant, authority, trustee, priest or person officiating shall be prosecuted, sued or otherwise proceeded against in respect of any act done or step taken or any alleged failure of duty on the

Indemnification of officers and other persons for certain acts, etc.

8th day of July 1939 or on any subsequent date up to the commencement of this Act, in furtherance of, or in connection with, the entry into and offer of worship in the Sri Meenakshi Sundareswarar temple in the city of Madura or any other Hindu temple in the Province of Madras by any person belonging to classes of Hindus hitherto excluded by custom or usage from such entry or worship; and all officers, servants, authorities, trustees, priests and other persons aforesaid are hereby indemnified and discharged from all liability in respect of all such acts, steps and alleged failure of duty.

3. If in the opinion of the trustee or other authority in charge of any Hindu temple in the Province of Madras the worshippers of such temple are generally not opposed to the removal of the disability imposed by custom or usage on certain classes of Hindus in regard to entry into or offer of worship in such temple, such trustee or other authority may, with the approval of the Provincial Government and notwithstanding anything contained in the Madras Hindu Religious Endowments Act, 1926, or any other law, throw open the temple to such classes and thereafter persons belonging to such classes shall have the right to enter into and offer worship in such temple:

Throwing open of temples in certain circumstances

Provided that in the case of the temples specified in the Schedule to this Act and other Hindu temples in the Province which have been thrown open to the classes aforesaid before the commencement of this Act, such approval shall not be required and the said temples shall be deemed to have been thrown open to the classes aforesaid under the provisions of this section.

Explanation— If more persons than one are the trustees or constitute the other authority in charge of the temple, a majority of them shall be entitled to decide and act in terms of this section.

4. No person who enters or offers worship in any temple thrown open or deemed to be thrown open under the provisions of section 3 shall by reason only of such entry or worship be deemed to have committed any actionable wrong or offence or be sued or prosecuted therefor.

No actionable wrong or offence committed by entry or worship in temples thrown open.

5. No suit for damages, injunction or declaration or for any other relief, no prosecution for any offence, and no application or other proceeding under the Madras Hindu Religious Endowments Act, 1926, or any other law shall be instituted in respect of any entry into, or worship in any temple thrown open or deemed to have been thrown open under section 3, on the ground that such entry or worship is against the usage or custom which excludes certain classes of Hindus from such entry or worship; and no suit or other proceeding shall be instituted in respect of such entry or worship on the ground that there has been any irregularity or failure in complying with the provisions of section 3, without the previous sanction of the Provincial

Sanction for institutions or continuance of action.

Government. No suit, prosecution, application or proceeding of the nature aforesaid instituted before the commencement of this Act shall be continued thereafter without the sanction of the Provincial Government.

6. In section 40 of the Madras Hindu Religious Endowments Act, 1927, after the words and figures "Subject to the provisions of the Malabar Temple Entry Act, 1938" the words and figures "and the Madras Temple Entry Authorisation and Indemnity Act, 1939" shall be inserted.

Amendment of section 40, Madras Act II of 1927.

SCHEDULE: 1. Sri Meenakshi Sundareswarar Temple, Madura; 2. Sri Kodalalagar Temple, Madura; 3. Sri Sundararajaperumal Temple, Valayapatti, Melur Taluk, Madura District; 4. Sri Kalamegaperumal Temple, Tirumoghur, Madura, Taluk, Madura District; 5. Sri Brahadeeswarar Temple, Tanjore; 6. Sri Tirukuttalanathaswami Temple, Courtallam, Tenkasi Taluk, Tinnevelly District; 7. Sri Kasi Visvanathaswami Temple, Tenkasi, Tenkasi Taluk, Tinnevelly District.

THE TEMPLE ENTRY AUTHORISATION ACT 1947

1947: T.N. Act V] *Temple Entry Authorization* 959

¹[TAMIL NADU] ACT No. V OF 1947².

[THE ¹(TAMIL NADU) TEMPLE ENTRY AUTHORIZATION ACT, 1947.]

(Received the assent of the Governor-General on the 11th May 1947; first published in the Fort St. George Gazette of the 13th May 1947).

An Act to authorize entry into Hindu temples in the ³[State of Tamil Nadu] and the offer of worship therein by ⁴[all classes of Hindus].

WHEREAS it is the policy of the ⁵[State Government] to remove the disabilities imposed ⁶[ ] on certain classes of Hindus against entry into Hindu temples in the ⁷[State] ⁸[ ];

AND WHEREAS the ⁵[State Government] are satisfied, from the rapidity with which, under pressure of Hindu public opinion, a number of temples have been thrown

---

1 These words were substituted for the word "Madras" by the Tamil Nadu Adaptation of Laws Order, 1969, as amended by the Tamil Nadu Adaptation of Laws (Second Amendment) Order, 1969.

2 For Statement of Objects and Reasons, *see Fort St. George Gazette,* dated the 28th January 1947, Part IV-A, pages 93-94.

This Act was extended to the merged State of Pudukkottai by section 3 of, and the First Schedule to, the Tamil Nadu Merged States (Laws) Act, 1949 (Tamil Nadu Act XXXV of 1949).

3 This expression was substituted for the expression "Provinces of Madras" by the Tamil Nadu Adaptation of Laws Order, 1970, which was deemed to have come into force on the 14th January 1969.

4 These words were substituted for the words "certain classes of Hindus, who by custom or usage are excluded from such entry and worship" by section 2 (1) of the Madras Temple Entry Authorization (Amendment) Act, 1949 (Madras Act XIII of 1949).

5 This expression was substituted for the expression "Provincial Government" by the Tamil Nadu Adaptation of Laws Order, 1970.

6 The words "by custom or usage" were omitted by section 2 (2) of the Madras Temple Entry Authorization (Amendment) Act, 1949 (Madras Act XIII of 1949).

7 This word was substituted for the word "Province" by paragraph 4 of, and the Schedule to, the Tamil Nadu Adaptation of Laws Order, 1970, which was deemed to have come into force on the 14th January 1969.

8 The words "which are open to the general Hindu public" were omitted by section 2 (2) of the Madras Temple Entry Authorization (Amendment) Act, 1949 (Madras Act XIII of 1949).

open to ¹[certain classes of Hindus] in recent months, under the provisions of the Madras Temple Entry Authorization and Indemnity Act, 1939, that the time has now arrived for ²[throwing open to all classes of Hindus every Hindu temple in the ³(State)];

Madr Act XXII of 193

AND WHEREAS the ⁴[State Government] consider that the provisions of the said Act are inadequate for the early and complete implementation of the policy of the ⁴[State Government] aforesaid ;

It is hereby enacted as follows :—

1 (1) This Act may be called the ⁵[Tamil Nadu] Temple Entry Authorization Act, 1947.

(2) It extends to the whole of the ⁶[State of Tamil Nadu].

⁷(3) This section shall come into force at once; and the remaining provisions of this Act shall come into force on such ⁸date as the ⁹[State] Government may, by notification in the *Fort St. George Gazette*, appoint.

---

¹ These words were substituted for the words "those classes of Hindus" by section 2 (3) of the Madras Temple Entry Authorization (Amendment) Act, 1949 (Madras Act XIII of 1949).

² These words were substituted for the words "throwing open to such classes of Hindus all temples in the Province which are open to the general Hindu public" by *ibid*.

³ This word was substituted for the word "Province" by paragraph 4 of, and the Schedule to, the Tamil Nadu Adaptation of Laws Order, 1970, which was deemed to have come into force on the 14th January 1969.

⁴ This expression was substituted for the expression "Provincial Government" by the Tamil Nadu Adaptation of Laws Order, 1970.

⁵ These words were substituted for the word "Madras" by the Tamil Nadu Adaptation of Laws Order, 1969, as amended by the Tamil Nadu Adaptation of Laws (Second Amendment) Order, 1969.

⁶ This expression was substituted for the expression "State of Madras" by *ibid*.

⁷ Section 1 came into force on the 13th May 1947 and sections 2 to 11 on the 2nd June 1947.

⁸ Came into force on the 2nd June 1947.

⁹ This word was substituted for the word "Provincial" by the Adaptation Order of 1950.

2. In this Act, unless there is anything repugnant **Definitions.** in the subject or context—

¹[* * *]

¹[(1) 'temple' means a place, by whatever name known, which is dedicated to, or for the benefit of, or used as of right by, ²(the Hindu community or any section thereof), as a place of public religious worship, and includes subsidiary shrines and mantapams attached to such place ;

(2) 'worship' means such religious service as the bulk of the worshippers may offer, or participate in, in accordance with such rules and regulations as may be made under this Act.]

3. (1) Notwithstanding any law, custom or usage **Right of all** to the contrary, ³[every Hindu irrespective of the caste **classes of** or sect to which he belongs] shall be entitled to enter **enter and** any Hindu temple and offer worship therein in the **offer worship** same manner and to the same extent as ⁴[Hindus in **in temples.** general or any section of Hindus]; and ⁵[no Hindu] shall, by reason only of such entry or worship whether before or after the commencement of this Act, be deemed to have committed any actionable wrong or offence or be used or prosecuted therefor.

(2) Without prejudice to the generality of the foregoing provision, it is hereby declared that the right conferred by sub-section (1) shall include the following

---

¹ Clause (1) was omitted and clauses (2) and (3) were renumbered as clauses (1) and (2) by section 2(4) (i) of the Madras Temple Entry Authorization (Amendment) Act, 1949 (Madras Act XIII of 1949).

² These words were substituted for the words "the Hindu community in general" by section 2 (4) (ii), *ibid*.

³ These words were substituted for the words "persons belonging to the excluded classes" by section 2 (5) (i), *ibid*.

⁴ These words were substituted for the words "the Hindus in general" by section 2(5) (ii), *ibid*.

⁵ These words were substituted for the words "no member of any excluded class" by section 2 (5) (iii), *ibid*;

125—14—61

rights, if, and to the extent to which, they are ¹[enjoyed by Hindus in general, or any section of Hindus]:—

(a) the right to bathe in, or use the waters of, any sacred tank, well, spring or water-course appurtenant to the temple, whether situated within or outside the precincts thereof ;

(b) the right of passage over any sacred place, including a hill or hillock or a road, street or pathway, which is requisite for obtaining access to the temple.

Powers of trustees to make regulations for the maintenance of order and decorum, the due performance of rites and ceremonies in temples.

4. The trustee or other authority in charge of a temple shall have power, subject to the control of the ²[State] Government and to any rules which may be made by them, to make regulations for the maintenance of order and decorum in the temple and the due observance of the religious rites and ceremonies performed in the temple, but such regulations ³[shall not discriminate in any way against any Hindu on the ground that he belongs to a particular caste or sect].

Sanction for institution or continuance of suits, prosecutions, etc.

5. (1) No suit for damages, injunction or declaration or for any other relief, no prosecution for any offence, and no application or other proceeding under the Madras Hindu Religious Endowments Act, 1926⁴, or any other law, shall be instituted in respect of any entry into or worship in any temple whether before or after the commencement of this Act, on the sole ground ⁵[that such entry or worship is by a Hindu belonging to a particular caste or sect].

Madras Act II of 1927.

---

1 These words were substituted for the words "enjoyed by Hindus in general, not belonging to the excluded classes" by section 2 (6) of the Madras Temple Entry Authorization (Amendment) Act, 1949 (Madras Act XIII of 1949).
2 This word was substituted for the word "Provincial" by the Adaptation Order of 1950.
3 These words were substituted for the words "shall not discriminate in any way against the members of the excluded classes " by section 2 (7) of the Madras Temple Entry Authorization (Amendment) Act, 1949 (Madras Act XIII of 1949).
4 See now the Tamil Nadu Hindu Religious and Charitable Endowments Act, 1959 (Tamil Nadu Act 22 of 1959).
5 These words were substituted for the words "that such entry or worship is against the custom or usage which excludes certain classes of Hindus from such entry or worship " by section 2 (8) of the Madras Temple Entry Authorization (Amendment) Act, 1949 (Madras Act XIII of 1949).

(2) No suit, prosecution, application or proceeding of the nature aforesaid, instituted before the commencement of this Act, shall be continued thereafter, without the sanction of the ¹[State] Government.

6. If any question arises as to whether a place is or is not a temple as defined in this Act, the question shall be referred to the ¹[State] Government and their decision shall be final subject, however, to any decree passed by a competent Civil Court in a suit filed before it within six months of the date of the decision of the ¹[State] Government. *Power to decide disputes.*

7. Whoever— *Penalties.*

(i) prevents ²[a Hindu] from exercising any right conferred by this Act, or

(ii) molests or obstructs ³[a Hindu] in the exercise of any such right

shall be punishable, in the case of a first offence, with fine which may extend to one hundred rupees, and in the case of a second or subsequent offence, with imprisonment which may extend to six months, or with fine which may extend to five hundred rupees, or with both.

⁴[**7-A.** All offences punishable under section 7 shall be cognizable]. *Offences under section 7 to be cognizable.*

8. (1) The ¹[State] Government may make rules for the purpose of carrying into effect the provisions of this Act in respect of temples generally or of any temple or class of temples. *Rules.*

---

¹ This word was substituted for the word "Provincial" by the Adaptation Order of 1950.

² These words were substituted for the words "a person belonging to any excluded class" by section 2 (9) (i) of the Madras Temple Entry Authorization (Amendment) Act, 1949 (Madras Act XIII of 1949).

³ These words were substituted for the words "any such perso" by section 2 (9) (ii) , *ibid.*

⁴ This section was inserted by section 2 (10), *ibid.*

(2) All rules made under this section shall be published in the *Fort St. George Gazette*, and, on such publication, shall have effect as if enacted in this Act.

Power to remove difficulties.
9. If any difficulty arises in giving effect to the provisions of this Act, the ¹[State] Government, as occasion requires, may, by order, do anything which appears to them necessary for the purpose of removing the difficulty.

²[10. * * *]

²[11. * * *]